ధార

సాహిత్య వ్యాసాలు

అనంతోజు మోహన్‌కృష్ణ

తెలంగాణ సాహితి

DHAARA

Ananthoju Mohan Krishna

(satitya vimarshana vyasaalu)

First Edition: January-2023
Second Edition :April 2024

Copies : 500

Bookmaking
A.Kishan Babu

Cover Designing
K. Raju

publisher :
Telangana Publication
For Copies:
Telangana Publications,
#1-1-80/15, 1Floor, RTC X Road,
Hyderabad20, telangana.
telanganapublications2022@gmail.com
ph: 8639972160

ISBN 978-81-958179-6-2

Price : Rs.150/-

నిత్య స్ఫూర్తి ప్రదాత
మా గురువులు
సముద్రాల గోపాలరావు గారు

ధార ♦♦ అనంతోజు మోహనకృష్ణ

అంకితం

జీవితపు కొలిమిలో
నిత్యం మండుతూ
మా జీవితాలకు
పుటంపెట్టిన నాన్నకు

కష్టాలను ఇష్టంగా భరించి
తన జీవితాన్ని
మాకై 'ధార' పోసి
ఉన్నతిగా మమ్ము తీర్చిదిద్దిన అమ్మకు

ప్రేమతో...

విషయసూచిక

మోహన'ధార'

మరణం తరువాత కూడా జీవించి ఉండేవారు కొందరుంటారు. వారినే మనం అమరులు అంటాం. వివిధ రంగాలలో వారివారి ఆలోచనలు, అవగాహనలు, విశ్లేషణలు, దృక్పథాలు, ప్రవర్తనల కారణంగా వారు చరిత్రలో చిరస్మరణీయులుగా నిలిచిపోతారు. మానవీయతతో స్పందించటం, సమాజం పట్ల బాధ్యతగా వ్యవహరించడం, అందుకు అవసరమైన దృక్పథం కలిగి ఉండటం, ఆధిపత్యాన్ని ధిక్కరించటం, అన్యాయాన్ని ఎదురించడం, అందుకు కారణాలనూ కారకులనూ కనిపెట్టి ప్రజల ముందుంచడం వారి లక్షణాలు. అందుకే అనేకానేక మానవీయ అంశాలెన్నెన్నో వారిలో మనం

చూడగలుగుతాం. వాళ్లదంతా వాస్తవిక కోణమే. వారిదెప్పుడూ ప్రజాపక్షమే. వాళ్ల దృష్టికోణాన్ని ఎవరూ, ఏదీ ప్రలోభ పెట్టడం జరిగే పని కాదు. ఆ రకంగా వారి జీవితం ప్రత్యేకమైనదే కాదు, సామాజికమైనది కూడా. అదిగో అలాంటి మహనీయులను నిత్యం స్మరించుకోవడం, వారి స్ఫూర్తిని అందిపుచ్చుకోవడం ఓ నిరంతర ధారగా కొనసాగాలి. ఏ సమాజానికైనా అది ఒక తప్పనిసరి అవసరం. ఆ అవసరంలోంచి రూపుదిద్దుకున్నదే ఈ మోహన్ కృష్ణ "ధార".

మోహన్ కృష్ణలో అబ్బురపరిచే విషయం అతనిలో కనిపించే వయసుకు మించిన పరిణితి. అది కేవలం అతని వ్యక్తిత్వంలోనే కాదు, వ్యక్తీకరణలోనూ ప్రతిబింబిస్తుందనడానికి ఈ పుస్తకం ఓ నిదర్శనం. నేడు మనిషికీ మనిషికి మధ్య ఉండాల్సిన అనుబంధం స్థానాన్ని వినిమయ ధోరణి ఆక్రమిస్తున్నది. మారిన సాంస్కృతిక, సామాజిక, ఆర్థిక జీవన విధానం వల్ల ప్రజల ప్రవర్తన, పరస్పర బంధాలు అన్నింటిలో మార్పులొచ్చాయి. సమాజం చలనశీలమైనది గనక మార్పులు సహజమూ అనివార్యమూ కూడా. కానీ ఆ మార్పులు మనిషిని మరింత ఉన్నతీకరించి సమాజాన్ని పురోగమనానికి నడిపించాలి. కానీ నేడవి తిరోగమనానికి నడుపుతున్నాయి. ఫలితంగా మానవత్వమంటే ఏమిటో, సమాజం పట్ల బాధ్యతంటే ఏమిటో తెలియకుండానే అనేక జీవితాలు గడిచిపోతున్నాయి, ముగిసిపోతున్నాయి. మనిషి పుడుతూనే ఏదో ఒక వ్యాపకానికి బానిసై పోయే పరిస్థితి నెలకొంది. ఎవరికీ సమాజంలో జరిగే అన్యాయాల్ని, దుర్మార్గాల్ని, ఆధిపత్యాల్ని, అణచివేతల్ని పట్టించుకునే ఓపిక తీరిక రెండూ లేకుండాపోతున్నాయి. కాదు కాదు లేకుండా చేస్తున్నారు అనడం సబమేమో! ఇప్పుడు ఆదర్శాలకు ఏ ప్రాధాన్యతా లేకపోగా, కేవలం వినోదాలే జీవితంగా మారిపోయిన నేపథ్యంలో మోహన్ కృష్ణ ఈ ప్రయత్నం అభినందనీయం. ఇది చిన్న పుస్తకమే కావొచ్చు. కానీ ఒక మానవీయ సమాజ నిర్మాణం కోసం తమ జీవితాలను అక్షరాలుగా 'ధార'పోసిన సాహితీమూర్తుల ఆదర్శాలను చర్చిస్తుంది. ఈ సమాజ పురోగమనం కోసం వారు తాము జీవించిన కాలాన్ని వెలిగించిన తీరును వివరిస్తుంది. జీవితమనగానే కేవలం ఎప్పుడు పుట్టారు, ఎక్కడ పుట్టారు, ఏం చదివారు, వారి కుటుంబ నేపథ్యమేమిటి వంటి వివరాలతో నింపేయడం మాత్రమే కాదు. వారు అంతటి యోధులుగా ఎలా రూపు దిద్దుకున్నారు?

వారిని అలా రూపుదిద్దిన సామాజిక నేపథ్యం ఏమిటి? వారు మనకు మార్గదర్శకులుగా ఎలా ఎదిగారు? అనే ప్రశ్నలకి అన్వేషణగా ఈ వ్యాససంకలనాన్ని చెప్పొచ్చు.

నమ్మిన సత్యానికి జీవితాన్నే అంకితం చేసిన మహనీయుల స్మరణ ఇది. ఈ వ్యాసాల రచనకూ, ఈ పుస్తకం రూపకల్పనకూ కారణం రచయితకున్న సాహిత్య సామాజిక నిబద్ధతే. ఏ రచనకైనా సరైన ప్రాపంచిక దృక్పథమే జీవధాతువు. మోహన్ కృష్ణకు ఆ ధృక్పథం ఉంది. కవిగా, రచయితగా, జర్నలిస్టుగా, యాక్టివిస్టుగా నిత్యం ఏదో ఒక సామాజిక ఆచరణలోనో, సాహిత్య ప్రయాణంలోనో ఉండే అతనిలో ఓ హేతుబద్ధమైన సామాజిక చింతన ఉంది. ఈ సమాజం పట్ల కొన్ని స్పష్టమైన ఆలోచనలున్నాయి. ఆలోచనలో స్పష్టత ఉన్నప్పుడు రాతలో సైతం అది కనిపిస్తుంది. ఆ స్పష్టత వల్లే అతని ప్రతి వాక్యం తర్కబద్ధంగా రూపుదిద్దుకుంది. దానికి తోడు అతని సరళమైన శైలి కూడా అతని వచనానికి వేగాన్నీ పఠనీయతనీ సాధించింది. అందుకే ఇక్కడ కేవలం కొన్ని గొప్ప జీవితాల్ని గుర్తుచేయడమే కాదు, ఆ జీవితాచరణల నుండి ఓ అర్థవంతమైన చర్చకు పురిగొల్ప గలుగుతున్నాడు. అదే యీ వ్యాసాల బలం. ఒక మానవీయ సమాజ నిర్మాణానికి అవసరమైన జీవితాదర్శాలెన్నో ఈ వ్యాసాల్లో అడుగడుగునా తారసపడుతాయి. మనలో ఆలోచనలు పాదుకొల్పుతాయి. ఆత్మవిమర్శకూ ప్రేరేపిస్తాయి.

అభిప్రాయాలు కలిగి ఉండటమే నేరంగా మారుతున్న నేటి కాలంలో, అభిప్రాయాల కోసం జీవితాలనే పోరాటాలుగా మలుచుకున్న సాహితీయోధులను గుర్తుచేయడం నిజంగా ఓ స్ఫూర్తిదాయకమైన సందర్భం. నేడు గతమెన్నడూ ఎరుగని స్థాయిలో అవినీతి, అణచివేత, శ్రమ దోపిడీ, అసమానతలూ తీవ్రమవుతున్నా, మానవీయ విలువలు కనుమరుగవుతున్నా ఈ సమాజం నిర్లిప్తతను వీడటం లేదు. బుద్ధిజీవులు సైతం అనేకులు స్వప్రయోజన కాంక్షతో భద్రజీవనాల్లో ముడుచుకుపోతున్నారు. ఆచరణకు దూరంగా తాత్విక చర్చలతో, నిరాశావాదంతో కాలం గడుపుతున్నారు. ఇలాంటి తరుణంలో అభిప్రాయాలు కలిగి ఉండటం ఎంత అవసరమో, ఆ అభిప్రాయాల కోసం నిలబడటం ఎంతటి చైతన్యమో ఈ యోధుల కార్యాచరణ నుంచి తెలియజేస్తున్నాడు మోహన్ కృష్ణ. తమ సాహిత్యం ద్వారా సమాజాన్ని

ఒక అమానవీయమైన స్థితి నుంచి, ఒక నైరాశ్య స్థితి నుంచి విముక్తం చేసి, ప్రగతిశీల శిఖరాలపైకి తీసుకువెళ్లిన సమున్నత వ్యక్తుల జీవితాచరణను ఒక ధారగా మనకందిస్తున్నాడు. అత్యంత ఆధునిక సమాజమని చెప్పుకుంటున్న ఈ కాలంలో కూడా, మధ్య యుగాల నాటి అమానవీయ ధార్మిక సూత్రాల్ని మన నెత్తిన రుద్దుతున్న శక్తుల పట్ల మనల్ని అప్రమత్తం చేస్తున్నాడు. స్వతంత్రమైన ఆలోచనలను చంపేసి, మనుషులను మూసల్లోకి కుదించే ధోరణి సమాజానికి హానికరమని ప్రకటిస్తున్నాడు. తన ప్రయత్నాన్ని నిజాయితీగా మనముందుంచుతున్నాడు. అవలోకిద్దాం... ఈ కృషి ఇలానే ముందుకు సాగాలని అభినందిద్దాం.

– రమేష్ రాంపల్లి,
అసిస్టెంట్ ఎడిటర్,
నవతెలంగాణ.

అంతరంగం

ఈ వ్యాసాలు వివిధ సందర్భాలలో రాసినవి. దాదాపు ఒక దశాబ్దాపు కాలంలో నేను రాసిన వ్యాసాల నుంచి ఎంపిక చేసుకొని మీ ముందు 'ధార' గా పోస్తున్నాను. నేను రాసిన తొలి వ్యాసం 'చే జీవితం యువతకు ఉత్తేజం' 2012లో సాక్షి ఎడిటోరియల్ పేజీలో ప్రచురితం అయింది. ఆ తర్వాత ప్రజాశక్తి ఆదివారం అనుబంధం 'స్నేహ' ఇన్‌ఛార్జీగా ఉన్న అంజనా గారు నన్ను ఎంతో ప్రోత్సహించి సండే బుక్‌కు కవర్ స్టోరీలు రాయించారు. ఆ ప్రేరణే అనేక వ్యాసాలు రాయడానికి పురిగొల్పింది.

ఆ తరువాత నవతెలంగాణ ఫీచర్స్ ఎడిటర్‌గా పనిచేసిన గుడిపాటి గారు కూడా చాలా ప్రోత్సహించారు.

ఇందులో ఉన్న వాటిలో కందుకూరి, జాషువ వ్యాసాలు నా ఇంటర్మీడియట్ నోట్స్ ఆధారంగా రాసినది. అయితే అందులో వర్తమాన విషయాలను ఉటంగించాను. అలాగే నేను ఇష్టంగా అనేక మార్లు చదువుకున్న నవల గోర్కీ 'అమ్మ'. ఎంతో స్ఫూర్తి రగిలించిన నవల అది. ఐదేండ్ల క్రితం హైదరాబాద్ తాగ్యరాయగాన సభలో 'అమ్మ' నాటిక ప్రదర్శన చూడటం ఒక గొప్ప అనుభూతి.

'నేనంటాను' అనే దాశరథి కృష్ణమాచార్య పద్యాలు ఇంటర్మీడియట్‌లో చదువుకున్న నేను, ఖమ్మం బోడేపూడి విజ్ఞాన కేంద్ర గ్రంథాలయంలో దాశరథి పుస్తకాలు చదువుకున్నాను. ఒక దాశరథినే కాదు, గురజాడ, వట్టికోట ఆళ్వారుస్వామి, కాళోజీ, శ్రీశ్రీ, గిడుగు, అలిశెట్టి ప్రభాకర్ వంటి ఎందరో మహనీయులను గురించి తెలుసుకునే అవకాశాన్ని మా విజ్ఞాన కేంద్రం నాకు ఇచ్చింది.

ఖమ్మంలో జరిగిన సాహితి స్రవంతి కార్యక్రమాలే నన్ను నేటికి సాహిత్య రంగ కార్యకర్తగా నిలిపాయి. ఆ తర్వాత హైదరాబాద్ మహానగరంలో సాహితి స్రవంతిలో పని చేయడం... నేడు తెలంగాణ సాహితి రాష్ట్ర కేంద్రంలో పని చేయడానికి బాటలు వేసింది.

రావూరి భరద్వాజ గారికి జ్ఞానపీఠ్ పురస్కారం వచ్చిన సందర్భంగా 'పాకుడు రాళ్ళు' నవలపై సాహితి స్రవంతి హైదరాబాద్ నగర కమిటీ ఆధ్వర్యంలో చర్చా పెట్టుకున్నాం. అందులో భాగంగా ఆ నవలను పరిచయం నేను చేశాను. ఆ క్రమంలో రావూరి గురించి చదువుకున్న విషయాలతో 'జ్ఞానపీఠ త్రయం' సంకలనాన్ని వ్యాసం రాశాను.

నాకు తెలిసిన కొద్దిపాటి విషయాలను ఆయా సందర్భాలకు తగినట్లు పత్రికలకు రాయడం.. వారు ప్రచురించడం నాకు గొప్ప స్ఫూర్తి.

- అనంతోజు మోహన్‌కృష్ణ

నెనర్లు...

మా అమ్మకు ప్రేమతో...

నా దోసిట్లో కొన్ని బతుకు అక్షరాలు ఒంపిన మా గురువులకు...

గుండె నిండా ధైర్యాన్ని నింపి బాసటగా నిలిచే ఆప్తమిత్రులకు ...

ఈ పుస్తక ముద్రణకు ఆర్థిక సహాయం అందిస్తున్న పొట్టి శ్రీరాములు తెలుగు విశ్వవిద్యాలయం వారికి...

నిత్యం నన్ను ప్రోత్సహించే తెలంగాణ సాహితి రాష్ట్ర నాయకులు కె. ఆనందాచారి, వల్లభాపురం జనార్ధన, స్ఫూర్తి, తంగిరాల చక్రవర్తి, సలీమ, సునంద గార్లకు...

ప్రజాశక్తి అంజనా గారికి, గుడిపాటి గారికి...

నవతెలంగాణ పూర్వ సంపాదకులు ఎస్. వీరయ్య గారికి...

నవతెలంగాణ సంపాదకులు ఆర్. సుధాభాస్కర్ గారికి,

సీజీఎం పి. ప్రభాకర్ గారికి...

నవతెలంగాణ సహచర మిత్రులకు...

పుస్తకం నాదే అయినా తమదిగా భావించి ప్రేమతో ఇంత అందంగా తీర్చిదిద్దిన తమ్ముళ్లు కె. రాజు, ఎ. కిషన్ బాబు, పేర్ల రాము, సయ్యద్ ముజాహిద్‌లకు...

ధార ♦♦ అనంతోజు మోహనకృష్ణ

నా జీవితానికి కొత్త రంగులు అద్దిన నా సహచరి ప్రియాంకకు...

అక్కా బావలకు, పిన్ని, బాబాయిలకు, తమ్ముళ్లు, మరదలు, చెల్లెలు, బావలకు...

ఆత్మీయంగా ముందుమాట రాసిన అన్నయ్య రాంపల్లి రమేష్‌కు...

మా ఆర్టిస్ట్ కెఎన్ భాస్కర్ గారికి..శశక్కకి.. కె.శాంతారావుగారికి..

దక్షిణాఫ్రికా నుంచే తన విలువైన సూచనలు అందించిన సోదరుడు రాపోలు సీతారామరాజుకు...

పుస్తకం రావడానికి పురికొల్పిన సోదరులు తగుళ్ళ గోపాల్, తండ హరీష్, శరత్ చంద్ర, నర్రా ప్రవీణ్‌లకు...

బోడేపూడి విజ్ఞాన కేంద్రం గురువులు సీహెచ్ రాజారావు, కె. శ్రీనివాసులు, ఎం. రామారావు, వై. శ్రీనివాసరావు, విడిఎంవి. ప్రసాద్, ఎస్‌కెఎండి. జాన్, కపిల రాం కుమార్ గార్లకు...

సోదరులు కె.చంద్రమోహన్, కె.నర్సింహరావు, ఉపేందర్‌లకు..

ప్రజాశక్తి, నేటినిజం, మోదుగుపూలు సంపాదకులకు..

బంధుమిత్రులకు, నిత్యం నాకు సహకరించే పెద్దలకు, ఆత్మీయ నేస్తాలకు..

ప్రత్యేక ధన్యావాదలు...

మా ఇంటి వెలుగులు నందన్ విజయ్, లిషితా విజయలక్ష్మిలకు బోలెడు ప్రేమలు...

- అనంతోజు మోహన్‌కృష్ణ

తెలంగాణ రుద్రవీణ

అతివాదుల అభిప్రాయాలను విన్నవాడు, మితవాదుల మనస్తత్వాలను ఎరిగినవాడు, ఆంధ్ర మహాసభ ఆంతర్యాలు తెలిసినవాడు, ప్రజల జీవితపు లోతుల్ని చూసినవాడు. దేశంపై ఒత్తిళ్లు, విదేశీయుల పాలన, పెట్టుబడిదారీ వ్యవస్థ తీరుతెన్నులన్నీ చూసి, గ్రహించి విజృంభించిన కలం దాశరథి. స్వాతంత్ర్యోద్యమం, తెలంగాణ సాయుధ రైతాంగ పోరాటం అన్నీ ఆయన కలానికి పదును పెట్టినవే. పీడిత తాడిత ప్రజా ఉద్యమాలే ఆయన పదాలకు అందిన బలం!

తెలంగాణలో ఆవేశం అనే తుపాకీతో అక్షరాలనే తూటాలను పేల్చి.. ప్రజలను చైతన్య పరిచిన కవుల్లో దాశరథి కృష్ణమాచార్య ఒకరు. ఆయన రాసిన ఎన్నో పద్యాలు, కవితలు ప్రజలను ఉద్యమాల వైపు నడిపించాయి. చైతన్యవంతులను చేశాయి. సినిమా పాటలు కూడా రాశారు. ఆయన పేరు వినగానే "నా తెలంగాణ కోటి రతనాల వీణ" అనే కవితా నినాదం, "ఆ చల్లని సముద్ర గర్భం దాచిన బడబానలమెంతో..." అనే పాట గుర్తొస్తాయి. వెంకటమ్మ, వేంకటాచార్యులకు 1925 జులై 22న వరంగల్ జిల్లా చిన్న గూడూరులో పుట్టాడు దాశరథి. ఇప్పుడు అది మహబూబాబాద్ జిల్లాలో ఉంది. దాశరథి బాల్యం ఖమ్మం జిల్లా మధిరలో గడిచింది. ఉర్దూ మీడియంలో మెట్రిక్యులేషన్ చేశాడు. భోపాల్ యూనివర్సిటీలో ఇంటర్మీడియెట్ పూర్తి చేశాడు. ఉస్మానియా యూనివర్సిటీ నుంచి ఇంగ్లీషు లిటరేచర్‌లో బీఏ చదివాడు. ఇంగ్లీష్‌తో పాటు సంస్కృతం, ఉర్దూ భాషల్లో మంచి పాండిత్యం సంపాదించాడు. తర్వాత కమ్యూనిస్టు పార్టీలో చేరారు. హైదరాబాదు సంస్థానంలో నిజాం ప్రభుత్వానికి వ్యతిరేకంగా జరుగుతున్న ఉద్యమంలో పాల్గొన్నాడు. 1987 నవంబర్ 5న కన్నుమూశాడు. బతికింది 62 ఏళ్లే అయినా.. వెయ్యేళ్ల కీర్తి తెచ్చుకున్నాడు. ఆయన ప్రతి రచనలోనూ వైవిధ్యం ఉంటుంది. ఆయన రాసిన ప్రతి పాట మాధుర్యమే. అటు కవితా నిప్పురవ్వలతో ఉద్యమాన్ని రాజేసిన ఆయనే సినిమా పాటలతో అందరినీ అలరించారు.

బహుముఖ ప్రజ్ఞాశాలి

ఉర్దూ కలగలిపిన తెలుగులో కవిత్వం ఆయన ప్రత్యేకత. 1961లో 'ఇద్దరు మిత్రులు' సినిమాకి అన్ని పాటలు రాయడంతో మొదలైన ఆయన సినీప్రస్థానం వెనుతిరిగి చూడాల్సిన అవసరం లేకుండా చేసింది ఆయన పాండిత్యమే. ఉద్యమకారుడిగా, ఉపాధ్యాయుడిగా, పంచాయితీ ఇన్‌స్పెక్టరుగా, రేడియో ఉద్యోగిగా, ఇంగ్లీష్, సంస్కృతం, ఉర్దూ భాషల్లో రచనలు చేసిన బహుముఖ ప్రజ్ఞాశాలి దాశరథి. ఆయన రాసిన 'అగ్నిధార, రుద్రవీణ, మహాంధ్రోదయం, పునర్నవం, కవితా పుష్పకం, మార్పు నా తీర్పు, తిమిరంతో సమరం, ఆలోచనాలోచనాలు, అమృతాభిషేకం' వంటి రచనలు నేటి సమాజాన్ని తట్టిలేపుతాయి అన్నడంలో సందేహం ఏ మాత్రం

లేదు.

'ఆ చల్లని సముద్ర గర్భం దాచిన బడబానలమెంతో...' పాట ఇప్పటికీ అభ్యుదయ వాదులకు ప్రార్థన గీతమై విరాజిల్లుతుంది. 'గోరింక గూటికే చేరావు చిలకా, గోదారి గట్టుంది గట్టు మీద సెట్టుంది..' లాంటి పాటలకు ఇప్పటికీ చెవులు కోసుకునే అభిమానులున్నారు. అంతేకాదు తెలుగుకు గజల్ సొగసు అద్దిన తొలి కవి దాశరథే. ఆ పరంపరలో ఆయన అనేక ఉర్దూ కవితలను తెలుగులోకి అనువాదం చేశారు. మిర్జా అసదుల్లాఖాన్ గాలిబ్ రాసిన ఉర్దూ గజల్లను తెలుగులో రాశారు.

జైలు గోడలపై చెరగని ముద్రలు

నిజాం కాలంలో జరిగిన ఉద్యమానికి కవులు చాలా స్ఫూర్తినిచ్చారు. దాశరథి నైజాం రాజుకు వ్యతిరేకంగా కవితలు రాశారు. దాంతో ఆయనతోపాటు మరో 150మందిని ఇందూరు జైలులో పెట్టారు. అందులో ప్రముఖ కవి వట్టికోట ఆళ్వారుస్వామి సైతం ఉన్నారు. జైలులో ఉన్నప్పుడు పళ్లు తోముకోవడానికి ఇచ్చిన బొగ్గుతో ఇద్దరూ కలిసి నిజాం ప్రభుత్వానికి వ్యతిరేకంగా నినాదాలతో, కవితలతో గోడలను నింపేశారు. అదిచూసి జైలు సిబ్బంది ఆయనను ఎన్ని ఇబ్బందులు పెట్టినా అక్షరాల ప్రవాహం ఆగలేదు. ఆయన పుట్టింది సంప్రదాయ కుటుంబమే అయినా.. ఆ కట్టుబాట్లను, ఆచారాలను తెంచుకుని ప్రగతిశీల భావాల వైపు అడుగులు వేశాడు.

"ఇదే మాట ఇదే మాట పదే పదే అనేస్తాను!
కదంతొక్కి పదంపాడి ఇదే మాట అనేస్తాను
జగత్తంత రగుల్తోన్న కథా జ్వాల వృథాపోదు"

అంటూ నిజామాబాద్ సెంట్రల్ జైలు నుండి గళమెత్తి, ఈ తెలంగాణ స్వేచ్ఛా వాయువు పీల్చాలని ఆకాంక్షిస్తూ నైజాం నెదిరిస్తూ, రజాకార్లను విమర్శిస్తూ రాసిన కవిత్వం ఆనాటి ప్రజలకు గొప్ప ఉత్తేజమిచ్చింది. సమయం, సందర్భాన్ని బట్టి అక్షరాలను కత్తులుగా, ఈటెలుగా విసురుతూ తెలంగాణ పోరాటంలో పాల్గొన్న విప్లవ కవి దాశరథి కష్ణమాచార్యులు. "మా నిజాం నవాబు జన్మజన్మల బూజు" అని నిరసన గళమెత్తినందుకు చేతులకు బేడీలు పడినా దడవని మానుకోట బిడ్డ దాశరథి.

ఖమ్మం జిల్లాలో చదువు పూర్తయ్యాక హైదరాబాద్ ఉస్మానియా యూనివర్సిటీలో కాలుపెట్టిన ఆయన అందరిలా తెలుగులో కాకుండా ఇంగ్లీష్ లిటరేచర్‌లో పట్టా పొందాడు. ప్రాంతానికి ప్రాంతానికీ, వ్యక్తులకు వ్యక్తులకు మధ్య ఉన్న తేడా గమనించినప్పుడు ఆయన బుర్రనిండా ఆలోచనల పరంపరలు సాగినవి. ఆ ఆలోచనలనే అక్షర శరాలుగా మార్చి కవిత్వంగా వదిలినవాడు. అక్షరాల్ని కత్తులుగా దూసి 'అగ్నిధార'లను కురిపించి, 'రుద్రవీణ'లు మోగించి తెలుగు సాహిత్యానికి ఒక కొత్త ఒరవడి తెచ్చిన కళా రవి. సాంప్రదాయ కవిత్వాన్ని వంట బట్టించుకున్నా సమాజ బాధను చూసి, ప్రభుత్వ అరాచకాలనూ, రజాకర్ల అకృత్యాలను చూసి ఊరుకోలేదు. చందోబద్ధమైన కవిత్వంలోనూ పలికించింది విప్లవాన్నే!

"ప్రాణములొడ్డి ఘోరగహనాటవులన్ బడగొట్టి మంచి మా
గాణములన్ సృజించి ఎముకల్ నుసిజేసి పొలాలదున్ని భో
షాణములన్ నవాబునకు స్వర్ణము నింపిన రైతుదే తెలం
గాణము రైతుదే, ముసలి నక్కకు రాచరికంబు దక్కునే?"

అని రాచరిక వ్యవస్థను నిరసించాడు. మనిషి తిండి తినడం మొదలు పెట్టినప్పట్టి నుండి ఇప్పటివరకూ అందరి పొట్టలు నింపుతున్న రైతన్న పక్షాన నిలబడి సాహితీ సేద్యం చేసాడు. కల్పనలూ, అవాస్తవాలూ ఏవీ లేకపోవటమే దాశరథి కవిత్వంలో ప్రత్యేకత. అందుకే అవి నేరుగా, సూటిగా బాణంలా గుచ్చుకుంటాయి. తెలంగాణ పల్లెల్లో పుట్టి, అక్కడి మట్టి వాసనను ఆస్వాధించడం ద్వారా నిద్రాణమైన చైతన్యాన్ని పెల్లుబికించేలా రాసిన కవిత్వాన్ని మన జాతీయ సాహితీ సంపదగా గుండెల్లో దాచుకోవాలి.

"దేశంబొక్కటే భారతాఖండాసేతు హిమాచలోర్వర" అని చెప్పిన దాశరథి జాతీయ సామ్యవాద ఉద్యమాలను మేళవిస్తూ కవిత్వం రాశాడు. ఒక నూతన సామాజిక నిర్మాణం కోసమే పరితపించింది అతని హృదయం.

"రక్తం నదులై పారకపోతే రాదా రెవల్యూషన్?
బుర్రలు బుర్రలు పగులక సమస్యకు లేదా సొల్యూషన్?
హింసా యుద్ధం ఔట్‌డేటెడ్ అని నేనంటాను

శాంతి ఒక్కటే మానవ జాతికి సరియగు సొల్యేషన్"

ఇదీ దాశరథి కవిత్వం! గుప్తతా, వ్యక్తతా రెండూ జీవన సాఫల్యానికి సమానావసరాలని చెప్పిన దాశరథి స్పష్టతను కోరే కవి. ఆయన కవిత్వంలో ఎట్లాంటి అయోమయం ఉండదు. ఆనాటి రాజకీయ, సామాజిక, ఆర్థిక పరిస్థితులు ఆయనను చలింపజేసినవి. దీనికితోడు విస్తృతంగా పుస్తకాలు చదివే అలవాటు. ఎప్పుడూ ఏదో ఒక పుస్తకం చదవడం వాటిపై విమర్శ చేసుకోవడం అలవాటున్న దాశరథి, మనిషి మీద, సమాజంమీద విశ్వాసం పెంచే విశాల దృక్పథాన్ని ఏర్పరిచే రచనలు చేశారు. అందుకు మూలం మార్క్సిస్టు దృక్పథమే. కాబట్టే ఆయన

"గతాన్ని కాదనలేను - వర్తమానాన్ని వద్దన బోను
భవిష్యత్తు వదులు కోను - కాలం నా కంఠమాల
నా పేరు ప్రజా కోటి, నా ఊరు ప్రజావాటి"

అని అనగలిగారు. సంప్రదాయ చైతన్యధార, అభ్యుదయ భావధార, శాంతి పూర్వక విప్లవ హేల కలగలిసిన దాశరథి కవిత్వం ఒక మందార మాల. అందుకే ఆయన కవిత్వం 'తిమిరంతో సమరం' చేసింది.

దాశరథి సూఫీ కవిత్వాన్ని ప్రేమించాడనడానికి ఎన్నో ఉదాహరణలు. 'గాలిబ్ గీతాలు', గాలిబ్ గజళ్లను తెలుగులోకి అనువాదం చేయడం ఈ కోవకు చెందిందే! మనిషికున్న జ్ఞానం మరో మనిషికి మంచి చేసే దిశలో సాగాలన్నదే ఆయన అభిమతం. మనిషికీ సంఘానికి ఉన్న అవినాభావ సంబంధాన్ని ప్రకృతితో కలిసి చేసే జీవనాన్ని దృష్టిలో పెట్టుకొని రచన చేయడం దాశరథి రచనల్లో చూడవచ్చు.

"వీరంగం వేస్తుంటే రాదు విప్లవం
తారంగం పాడుతుంటే రాదు సమరథం
అందుకే నేనంటాను
ఏ లేహ్యం తిన్నాగాని రాదు యవ్వనం"

అని తిరిగిరాని కాలాన్ని తరగిపోయే జీవితాన్ని బాగా గుర్తుచేస్తారు దాశరథి. సమస్యలు చుట్టూ చేరుతుంటాయి. అందులో అనేక శక్తులుంటాయి. అధికార దాహం, డబ్బు

కాంక్ష, కీర్తికండూతి, తెలివికలవారిమన్న భేషజం, ఉన్నవారిమన్న గర్వం అన్నీ అన్నీ మనచుట్టూ ఉంటాయి. అవన్నీ దాటినప్పుడే ఆశయాన్ని చేరుకోగలం అంటారు. అందుకే

"కలపండోయ్ భుజం భుజం
కదలండోయ్ గజం గజం
అడుగడుగున యెదదనెత్తు
మడుగులుగా విడవండోయ్"

అని ఎలుగెత్తిన దాశరథి మాటను మన మాటలుగా చేసుకోవాలి!

"ఎవడైనా మానవుడే ఎందుకు ద్వేషించడాలు?
రాక్షసినైనా మైత్రికి, రానిత్తును భయంలేదు"

అంటాడు. దాశరథి పాటలలో రకరకాల ప్రతీకల్ని వాడినప్పటికీ, ఎక్కువగా కనిపించేది దీపం. మచ్చుకు - "దీపాలు వెలిగె పరదాలు తొలిగె" (పునర్జన్మ), "తొలి చూపులు నాలోనే వెలిగించె దీపాలు" (చదువుకున్న అమ్మాయిలు). దీపాన్ని చైతన్యానికి, ప్రణయానికి, విప్లవానికి, ఆశావాదానికి తరచు ప్రతీకగా వాడారు. 1961-1987 మధ్య కాలంలో దాశరథి దాదాపు 2000 పాటలు రాశారు. దాశరథి పద్యం తెలుగు సాహితీ వనంలో విరబూసిన మందారమైతే, సినీ సంగీతం చలనచిత్ర భారతి గళసీమలో విరిసిన పద పారిజాతం.

(జూలై 22 2018 నవతెలంగాణ,దర్వాజ)

కలం యోధుడు ఆళ్వారు స్వామి

వట్టికోట ఆళ్వారుస్వామి తెలంగాణ ప్రజాఉద్యమానికి - ప్రజాసాహిత్యానికి ఊపిరి వంటివారు. ఆళ్వారుస్వామి నల్లగొండ జిల్లా నకిరేకల్ దగ్గరలోని చెరువుమాదారం గ్రామంలో సింహాద్రమ్మ-రామచంద్రాచార్యులకు 1915 నవంబరు1న జన్మించారు. ఆయన బాల్యమంతా ఒడిదుడుకులతోనే సాగింది. చిన్నతనంలోనే తండ్రి చనిపోవడంతో సీతారామారావు అనే ఉపాధ్యాయుడి వద్దే ఉంటూ ఆయనకు వండిపెడుతూ తన విద్యాభ్యాసం, సారస్వతాభ్యాసం పూర్తి చేశారు. ఆయన

బతుకుతెరువు కోసం అనేక పనులు చేశారు. ఇళ్లల్లో వంటలు చేస్తూ వారు పెట్టింది తిని బతికిన రోజులున్నాయి. సూర్యాపేట గ్రంథాలయంలో పుస్తకాలను చదువుకుంటూ ప్రపంచాన్ని తెలుసుకున్నారు. అలా చిన్నతనంలోనే పుస్తక పఠనంపై ఆసక్తి పెంచుకున్న ఆళ్వారుస్వామి అనతికాలంలోనే తెలుగు, ఉర్దూ, హిందీ భాషలపై పట్టు సాధించారు. ఆయన రచయిత, సేవాశీలి, ఉద్యమకర్త, కమ్యూనిస్టు నేత, ప్రచురణకర్త, పాత్రికేయుడు, ప్రచారకుడు. వేసుకున్న ఖద్దరు చొక్కా కన్నా స్వచ్ఛమైన నవ్వు ఆయన సొంతం. భాషాసాహిత్యాల దగ్గర్నుంచి పౌరహక్కుల దాకా వట్టికోట ప్రజా ఉద్యమాలకు పెట్టనికోట.

ఆళ్వారుస్వామి జీవితంలో గొప్ప మైలురాయి సురవరం ప్రతాపరెడ్డి స్థాపించిన గోల్కొండ పత్రికలో పనిచేయడం. తెలుగు తల్లి పత్రికా నిర్వహకుడిగా, ప్రజాసాహిత్య ప్రచురణకర్తగా తన ప్రస్థానాన్ని ప్రారంభించారు. దేశోద్ధారక కాశీనాథుని నాగేశ్వరరావు పంతులు అంటే వీరాభిమానం గల ఆళ్వారుస్వామి ఆయన పేరు మీద దేశోద్ధారక గ్రంథమాలను - గ్రంథాలయాలను 1938లో స్థాపించారు. దాని నుండి 35 పుస్తకాల వరకు ప్రచురించారు. మహనీయుల రచనలను తన సంస్థ ద్వారా ముద్రించి ఊరూరా పుస్తకాలను బుట్టలో పెట్టుకొని వాటిని ప్రజలకు పరిచయం చేస్తూ, అమ్ముతూ తెలంగాణ అంతటా మలయమారుతంలా తిరిగి సాహితి సుగంధాలను వ్యాపింపచేశారు. సాహిత్యాభివృద్ధికి కృషి చేశారు. సురవరం ప్రతాపరెడ్డి గారి 'హైందవ ధర్మ వీరులు', కాళోజీ 'నా గొడవ' కూడా దేశోద్ధారక గ్రంథమాల నుంచే ప్రచురించారు. ఆళ్వారుస్వామి జీవితాన్ని, సాహిత్య కృషిని వేరుచేసి చూడలేం. ఎందుకంటే ఆయన జీవితం అడుగడుగునా సాహిత్యంతోనే ముడిపడి ఉంది. 1942లో క్విట్ ఇండియా ఉద్యమ స్ఫూర్తితో కాంగ్రెస్‌వాదిగా, హైదరాబాద్‌లో జరిగిన సత్యాగ్రహ దీక్షలో పాల్గొన్న ఆయన తెలంగాణలో ప్రప్రథమ సత్యాగ్రహిగా ఏడాది పాటు సికింద్రాబాద్ జైలులో వున్నారు. ఆయన ఆ తరువాత ఆంధ్రమహాసభ ద్వారా క్రియాశీలకంగా పనిచేశారు. 1944లో కమ్యూనిస్టు పార్టీ సభ్యత్వం తీసుకుని తెలంగాణ అంతా తిరగాడిన కలం యోధుడు. అప్పటి నిజాంరాజు ఉద్యమకారుల మీద, రచయితల మీద దాడులు చేస్తుంటే దానికి వ్యతిరేకంగా పోరాటం చేశారు.

సికింద్రాబాద్ ఉద్యమానికి ఆయనే ఆద్యుడు. 'పీపుల్స్ బుక్ డిపో' నిర్వహిస్తూ కమ్యూనిస్టు సాహిత్యాన్ని ప్రచారం చేస్తూ సికింద్రాబాద్‌లో స్నేహితుల సంఘం, గుమస్తాల సంఘాలను స్థాపించారు. సికింద్రాబాద్‌లో వారు పాల్గొనని ఉద్యమం లేదంటే అతిశయోక్తి కాదు. ఆళ్వారుస్వామి తమ ప్రజా జీవితపు అనుభవాలను రంగరించి 'ప్రజలమనిషి' అనే గొప్ప నవల రాశారు. స్వయంగా ఆయనే దేశోద్ధారక గ్రంథమాల నుంచి ప్రచురించారు. 'రచన ప్రసవవేదన లాంటిది. వేదన ఉంటే ఆలోచన ఉద్భవిస్తుంది" అనే మాట ఆయన తరచూ చెబుతుంటారు. ముఖ్యంగా నవల రాయడానికి పరిజ్ఞానంతో పాటు రాయాలనే తపన ఉండాలి. ఆ రెండు పుష్కలంగా వున్న వ్యక్తి వట్టికోట. దానితో పాటు తెలంగాణ జనజీవితం పూర్తిగా అనుభవించిన వ్యక్తి. అందుకే ప్రజల జీవితాలను ప్రతిబింబించేలా ప్రజలమనిషి రాయగలిగారు. ఇది ఆయనకు తొలి ప్రయత్నమే అయినా చరిత్రలో నిలిచిపోయే నవలను అందించారు. అంతకు ముందు భాస్కరభట్ల రాసిన 'యుగసంధి' ఉన్నప్పటికీ అందులో ఎక్కడా ప్రజాజీవితం ఉండదు. అలాగే తెలంగాణ ప్రజాపోరాటంతో ప్రభావితులైన బొల్లిముంతల శివరామకృష్ణ రాసిన 'మృత్యుంజయులు' కూడా తెలంగాణ ప్రజాజీవితాన్ని ప్రతిబింబించలేదు. ప్రజల బాధలను తెలుసుకొని వారి కష్టాలను తీర్చువాడు దేవుడు కాదు సాటిమనిషే అనే సత్యాన్ని చాటడం కోసం వట్టికోట ఆళ్వారుస్వామి తన తొలి నవలకు 'ప్రజలమనిషి' అని పేరు పెట్టారు. ఈ నవలలో తెలంగాణ ప్రజాజీవనం వైవిధ్యంగా రాశారు. అందుకే ఈ నవల తెలంగాణలో మొట్టమొదటి నవలగా ప్రసిద్ధికెక్కింది. 'ప్రజలమనిషి' నవల ప్రతిఒక్కరినీ ప్రభావితం చేసిందంటే అతిశయోక్తి కాదు. ఎందుకంటే ఆ నవల చదివే వారు తనే ఆ పాత్రధారుడిగా ఊహించుకుంటారు. ఆయనకు దేవుని మీదికన్నా మనిషి మీద, సమాజం మీద అనంతమైన విశ్వాసం ఉంది. అందుకు నిదర్శనమే 'ప్రజలమనిషి'.

తెలంగాణ వాస్తవికతను నిర్దిష్టంగా ప్రతిబింబించిన రచయిత వట్టికోట ఆళ్వారుస్వామి. ఆయన నిబద్ధత, నిమగ్నతలు తెలంగాణ నవలకు విశిష్ట స్థానాన్ని తీసుకురావడమే కాదు నవలకు నిర్దిష్టతను, వాస్తవికతను అందించాయి. ఆళ్వారుస్వామి కళాదృష్టి వల్ల అవి సార్వజనీనతను సంతరించుకున్నాయి. అందుకే

ఆయన నవలల్లో కాలం, సమాజం, వ్యక్తులు పరిణామం చెందిన క్రమాన్ని చూస్తాం. ప్రజల మనిషిలోని "కంఠీరవం" మాత్రమే కాదు, గంగు నవలలోని "నాగభూషణం", "అంతమ్మ", "సుజాత", "నీలవేణి" వంటి పాత్రలు కమ్యూనిస్టులుగా రూపుదిద్దుకునే క్రమం అత్యంత సహజంగా ఆయన చిత్రించారు.

దుర్మార్గమైన నిజాం పాలనలో దొరలు ప్రజలను అణచివేసిన తీరును, పెట్టిన కష్టాలను, శ్రమను దోచుకున్న తీరును, కుట్రలను వాటిని ప్రజలు ఎదురుకున్న తీరును ఆయన 'ప్రజల మనిషి' నవలలో చిత్రిక కట్టారు. మతమార్పిడులను, వాటిని ఆపడానికి చేసిన ప్రయత్నాలను ఆయన వాస్తవికంగా ప్రతిబింబించారు. ఈ క్రమంలో ప్రజల మనిషి నవలలో "కంఠీరవం" అనే ఒక సామాన్య వ్యక్తి ప్రజల మనిషిగా ఎదిగిన పరిణామక్రమాన్ని అంతే సహజంగా జీవం పోశారు. 1935 నుంచి 40 వరకు తెలంగాణ ప్రజాజీవితాన్ని 'ప్రజల మనిషి' నవలలో వట్టికోట ఆళ్వారుస్వామి చిత్రించారు. తాను నమ్మిన సిద్ధాంతం కోసం కంఠీరవాన్ని రచయిత కమ్యూనిస్టుగా చిత్రించలేదు. 'కంఠీరవం 1938లో స్టేట్ కాంగ్రెస్ సత్యాగ్రహంతో చేరినప్పటికీ అప్పటికే అతనిది లౌకిక (సెక్యులర్) ప్రజాతంత్ర దృక్పథం. నిర్మాణ రీత్యా మాత్రమే అతను కమ్యూనిస్టు కాడు. అయితే కంఠీరవంలో రూపొందుతున్న మార్క్సిస్టు ఉన్నాడనే విషయాన్ని పాఠకుల మదిలో మెదలకమానదు. ఈ రచన చేసే నాటికే ఆయన కమ్యూనిస్టు అయినప్పటికీ కాల నిర్దిష్టతను ప్రతిబింబించడం ద్వారా ప్రజల మనిషి నవలకు అత్యంత విశ్వసనీయతను చేకూర్చి పెట్టారు. ఆ రకంగా నిజమైన మార్క్సిస్టు రచయితగా వట్టికోట నిలుస్తారు.

ఆయన రాసిన రెండో నవల ' గంగు'. ఇది అసంపూర్తిగా ఆగిపోయింది. ఈ నవలలో 'గంగు' యువతి తెలంగాణ విమోచనోద్యమం ద్వారా చైతన్యం పొంది కమ్యూనిస్టు పార్టీ వైపు వెళ్లడాన్ని చిత్రిస్తుంది. ఈ నవల 1940 నుంచి 45 వరకు తెలంగాణలోని ప్రజాజీవితాన్ని ప్రతిబింబిస్తుంది. గంగు నవలలో ఇంట్లోంచి వెళ్లిపోయి కమ్యూనిస్టు పార్టీలో చేరిన భూస్వామ్య వర్గంలోని యువతి పాత్రను కళ్ళకుకడుతుంది. నల్లగొండ జిల్లా సూర్యాపేట సమీపంలోని బీబీగూడెం నుంచి

15 ఏళ్ల వయస్సున్న బాలిక కమ్యూనిస్టు పార్టీ పట్ల ఆకర్షితురాలై బెజవాడకు పారిపోయింది. ఆమె 1943 నుంచి 1948 వరకు కమ్యూనిస్టు పార్టీ మహిళా సంఘంలో పనిచేసింది.

గంగు నవలలో నవనీతం అనే ఉద్యమకారుడితో సుజాత ప్రేమను వట్టికోట ఆళ్వార్‌స్వామి చిత్రించారు. నవనీతం నల్లగొండ జిల్లాలోని రామన్నపేటలో వకీలు వృత్తి చేస్తున్న విశ్వనాథం పుత్రుడు. ఉద్యమ క్రమంలోనే వారి మధ్య ప్రేమ చిగురించడాన్ని రచయిత ప్రధానం చేసుకున్నాడు. 'గంగు' నవలను వట్టికోట ఆళ్వారుస్వామి పూర్తి చేయలేకపోయారు. భువనగిరి ఆంధ్రమహాసభ కమ్యూనిస్టుల నాయకత్వంలోకి రావడాన్ని ఆళ్వారుస్వామి కచ్చితంగానే చిత్రించారు. దీనికి నేపథ్యాన్ని ప్రజల మనిషిలో చిత్రించిన ఆళ్వారుస్వామి గంగులో కమ్యూనిస్టు ఉద్యమం నడిచిన తీరును రికార్డు చేశారు.

అంతేకాకుండా, గంగు నవలలో మహిళలు ప్రజా ఉద్యమం వైపు వచ్చిన పరిణామక్రమాన్ని సృజనాత్మకంగా చిత్రించారు. ఉద్యమానికి పూర్వరంగంలో గ్రామీణ స్త్రీ అంతమ్మ, ఉద్యమం కాస్తా ఊపు అందుకున్న తర్వాత అగ్రవర్ణ విద్యావంతురాలైన సుజాత, ఆ తర్వాత ఉద్యమ కుటుంబం నుంచి వచ్చిన గంగు అత్యంత సహజంగా రూపుదిద్దుకున్నారు. ఈ విషయంపై వరవరరావు తన సిద్ధాంత గ్రంథంలో సోదాహరణంగా వివరించారు. అయితే, అంతమ్మ కూతురు గంగు పార్టీ కార్యక్రమంలో ప్రదర్శనలు ఇస్తున్న బాలికగా మాత్రమే మనకు కనిస్తుంది. గంగు పరిణామక్రమాన్ని వట్టికోట ఆళ్వారుస్వామి ఏ విధంగా తీర్చిదిద్దేవారో కొంత ఊహించుకోవచ్చు. కానీ, గంగు నవల రచన పూర్తి చేయకుండానే ఆయన వెళ్ళిపోయారు.

ఆళ్వారుస్వామి స్టేట్ కాంగ్రెస్ లక్షణాన్ని, దాని పయనాన్ని, దాని వర్గ స్వభావాన్ని దార్శనికుడిలా చిత్రించారు. ప్రజల మనిషిలో లేని సంక్లిష్టత గంగు నవలలో కనిపిస్తుంది. సమాజంలోని సంక్లిష్టతను, ఆ సంక్లిష్ట సమాజంలో వ్యక్తులు, సమూహాలు భవిష్యత్తులో కుదురుకునే తీరును ఆయన చిత్రించారు. మద్దిమెట్ల వెంకటరావు అనే భూస్వామి గాంధీయవాదాన్ని ప్రోత్సహించడం, అది తన వ్యక్తిగత

స్థాయికి భంగం కలిగించే పరిస్థితులు ఎదురైనప్పుడు వెనక్కి తగ్గడం, చరఖా వంటి జాతీయోద్యమ పనిముట్లు భవిష్యత్తులో ఉపయోగపడుతాయనే దూరదృష్టితో వ్యవహరించడం వంటివాటిని అత్యంత సహజంగా వట్టికోట గంగు నవలలో చిత్రించారు. స్టేట్ కాంగ్రెస్ పయనించిన తీరును వట్టికోట ఆళ్వారుస్వామి చిత్రించిన తీరుపై కాత్యాయనీ విద్మహే విశ్లేషణాత్మకంగా వివరించారు. సమకాలీన రాజకీయ వ్యవస్థపై, దృక్పథాలపై, మానవ సంబంధాలపై విమర్శగా గంగు నవలను ఆమె అభివర్ణించారు. వరవరరావు ఈ నవలలను ప్రజా రాజకీయ నవలలుగా అభివర్ణించారు. వట్టికోట ఆళ్వారుస్వామి రెండు నవలలను కూడా సామాజిక చారిత్రక నవలలుగా మనం చెప్పుకోవచ్చు. వట్టికోట ఆళ్వారుస్వామి ప్రతిభావంతమైన మార్క్సిస్టు సృజనాత్మక రచయితగా మనకు రెండు నవలల ద్వారా కనిపిస్తారు. 'పరిసరాలు' మరో పుస్తకంలో ముస్లింల జీవన వ్యథలను వివరించారు. తన 46వ ఏట ఆయన డీప్తీరియా వ్యాధితో 1961 ఫిబ్రవరి ఐదున తుదిశ్వాస విడిచారు. ఆళ్వారు స్వామి జీవితం తెలంగాణకే కాదు తెలుగు వారందరికీ స్ఫూర్తిదాయకం.

వట్టికోట ఆళ్వారుస్వామి ప్రజల చైతన్యం కోసం తపించారు. అందుకు గ్రంథాలయాలు, పుస్తక ప్రచురణ చాలా ముఖ్యపాత్ర పోషించాయి. నేడు తెలంగాణలోని గ్రంథాలయాలు చాలా దీనావస్థలో వున్నాయి. భాషా సాహిత్యాలకు ప్రభుత్వ ఆదరణ అంతంత మాత్రమే. తెలంగాణ నేలపై ఇంత కృషి చేసిన వట్టికోటను, ఆయన చైతన్యాన్ని ప్రజలందరికీ అందించవలసిన అవసరం ఎంతైనా ఉన్నది. అదే ఆయనకు మనం ఇచ్చే నివాళి.

(నవంబర్ 1 2017 నవతెలంగాణ దర్వాజ పేజీ)

విశ్వనరుడు

"రాజు మరణించే నొక తార రాలిపోయే
కవియు మరణించే నొక తార గగన మెక్కె
రాజు జీవించే రాతి విగ్రహములందు
సుకవి జీవించే ప్రజల నాలుకల యందు"

ఫిరదౌసిలో జాషువా చెప్పిన మాటలు అక్షర సత్యాలై నిలిచాయి. జాషువా రచనలు ప్రజల జీవ నాలుకలపై ఇప్పటికీ నానుతూనే ఉన్నాయి.

జనం మదినిండా సజీవంగా అలరారుతున్నాయి. 19వ శతాబ్దం చివరి దశలో సామాజిక ప్రయోజనం కోసం భావకవిత్వ రీతినుంచి పక్కకు జరిగి మూఢాచారాలతో తులతూగుతున్న ఆనాటి పెత్తందార్ల అధర్మాలకు అడ్డుకట్టగా నూతన ఒరవడితో తన రచనలు కొనసాగించారు గుర్రం జాషువా. దళితుల్లో తన రచనల ద్వారా చైతన్యాన్ని రగిల్చారు.

"కులమతాలు గీసుకున్న గీతలు జొచ్చి/ పంజరాన కట్టువరను నేను/ నిఖిల లోకమెట్లు నిర్ణయించిన/ నాకు తరుగులేదు విశ్వనరుడ నేను" తల్లి గర్భంలో నుంచి భూమి మీద పడిన ప్రతి బిడ్డకు ఆ స్థల కాలాలను బట్టి ఒక మతం, ఒక కులం, ఒక భాష, ఒక ప్రాంతం, ఇట్లా ఒక గుర్తింపు వస్తుంది. అయితే మనం నాగరికులుగా బతుకుతున్న క్రమంలో చదువుకుని విద్యావంతులమై ప్రపంచాన్ని అర్థం చేసుకునే క్రమంలో జన్మతా ఏర్పడిన పరిమితులను అధిగమించాలి. మనిషి తనను తాను విస్తృతపరచుకోవాలి. అది వివేకం కూడా. లేకుంటే ఎక్కడేసిన గొంగడి అక్కడే అన్న చందంగా మిగిలిపోతారు. సాంస్కృతికంగా, వైజ్ఞానికంగా ఎదుగుదల లేకుండా మరుగుజ్జులుగా మిగిలిపోతారు. మన కులాలను దాటి ఇతర కులాలను, మన మతాన్ని దాటి ఇతర మతాలను, మన భాషలను దాటి ఇతర భాషలను మన దేశాన్ని దాటి ఇతర దేశాలను అభిమానించలేని వాళ్లు సాంస్కృతిక మరుగుజ్జులు. అలా అభిమానించే వాళ్లు విశ్వమానవులుగా చరిత్రలో నిలిచిపోతారు. తామే గొప్పవాళ్లమని, తమ వంశమే గొప్పదని, తమ కుల,మతాలే గొప్పవని పొంగిపోవడం కురచ బుద్ధి. "విపులాచ పృథ్వీ" అని ఎప్పుడో మన పెద్దలు చెప్పినట్టు పృథ్వి విశాలమే గాని, మనలో అనేకులు అనేక కారణాలచేత ఈ మార్పులను అంగీకరించలేకపోతున్నారు. ఈ సమాజానికి హానిచేసే నిరంకుశత్వానికి, అరాచకానికి దారితీస్తుంది. దీనికి పరిష్కారం విశ్వజనీన చింతన. గుర్రం జాషువా ఇలాంటి విశ్వజనీన చింతనగల తెలుగుకవి. "మాది తెలుగు కలికి.. మా కలికి తెలుగు కులము అచ్చముగ భారతీయుడనయితిని నేడు" అని ధైర్యంగా ప్రకటించుకున్న కవి జాషువా. "విశ్వనరుడ నేను" అని విశ్వజనీనతను కూడా ప్రకటించుకున్న కవి మరొకరు లేరు. వినుకొండ వీధుల నుండి విశ్వవీధులకు ప్రయాణించాడు గుర్రం

జాషువ. పుట్టుకతో వచ్చిన కుల, మత ప్రాధేశిక పరిమితులను తాను గుర్తిస్తూనే వైజ్ఞానికంగా సాంస్కృతికంగా విశాలమై జాషువా చేసిన ప్రకటన అది. "ఎల్లలోకము వొక్కయిల్లై/ వర్ణ భేదములెల్ల కల్లై" పోవాలని కోరుకున్న గురజాడ అప్పారావు వారసత్వం. వీరి మార్గంలోనే గుర్రం జాషువా "విశ్వసౌభ్రాతృత నభ్యసింపుము" అని ప్రబోధించారు. వీరి మార్గంలోనే శ్రీశ్రీ "అవిభక్త కుటుంబీక రక్తబంధూ!/ మానవుడా! మానవుడా!" అని సంబోధించారు. అందుకే వీరందరు విశ్వకవులయ్యారు. జాషువా ఒకవైపు తెలుగు జాతి, దాని చరిత్ర, భాషా సాహిత్యాలు, తెలుగు పాలకులు, నాయకులు, తత్త్వవేత్తల గురించి కవిత్వం రాశారు. మరోవైపు భారతదేశం, భారత చరిత్ర, భారత వీరులు, భారత తత్త్వవేత్తల గురించీ కవిత్వం రాశారు. ఈ అన్నిటిలోను తనదైన దళిత వేదనను వినిపిస్తూ వచ్చారు. అదే సమయంలో సమాజంలోని అనేక వైరుధ్యాలను, ముళ్ల కంచెలను ఎత్తిచూపి, వాటికతీతంగా "విశ్వనరుడ నేను" అని ప్రకటించారు. నిజానికి ఈ ప్రకటన భారతీయ సమాజంలోని సాంఘిక నిరంకుశత్వం మీద నిరసన. అదే సమయంలో అది ఆయన సాంస్కృతిక ఎదుగుదలకు సంకేతం. గౌతమబుద్ధుడు, ఏసుక్రీస్తు, బాపూజీ ఈ ముగ్గురిని ఆయన శాంతి, అహింసా, కరుణవంటి విశ్వజనీన భావాలకు మూల పురుషులుగా భావించారు. రుక్మిణి కళ్యాణం, శివాజీ, ముంతాజమహలు, క్రీస్తు చరిత్ర, కాందిశీకులు వంటి కావ్యాల ద్వారా ఆయన తన విశ్వజనీన భావాలను చాటారు. అన్ని మతాల ఇతివృత్తాలను తెలుగు కవిత్వంగా మార్చడం ద్వారా తాను మతపరమైన కంచెలను దాటినట్టు సూచించారు. "అణ్వస్త్రాలు మాకొద్దు అన్న వస్త్రాలు కావాలి" అనే నినాదం పెట్టుబడిదారీ దేశాల అణ్వాయుధ వ్యామోహాన్ని నిరసిస్తూ ప్రపంచ ప్రజలందరూ చేశారు. 'కాందిశీకుడు' కావ్యాన్ని సంపూర్ణంగా బౌద్ధతాత్త్వికతతో ప్రపంచ శాంతి స్థాపన కోసమే రాశారు జాషువా. "దిక్కులు నింద నిప్పులన్ గ్రక్కుచునున్న/ నేటి రణమృత్యువు సేయు దురాగతముల్" ఈ కావ్యంలో నిరసించారు జాషువా. అలాగే 'ఎల్లజాతుల వారు లేకోదరులైనట్లు/ ముద్దుముద్దుగ పొంది పొసగుచోటు' ఈనాటికి అవసరమే. యుద్ధంలో పాల్గొని ఆ బీభత్సాన్ని భరించలేని ఒక తెలుగు సైనికుడు బర్మా నుండి బయటపడి నల్లమల అడవులను చేరుకుంటాడు. అక్కడ కాసేపు సేదతీరినపుడు ఆయనకు ఒక

బౌద్ధ భిక్షువు కపాలం కనిపిస్తుంది. కాందిశీకునికి ఈ కపాలానికి మధ్య జరిగిన సంవాదమే ఈ కావ్యం. కాందిశీకుడు బుద్ధుని కాలానికి తన కాలానికి మధ్య వచ్చిన మార్పులను వివరిస్తాడు. అన్నీ చెప్పి 'వెలితి వడ్డది మాకు విశ్వసౌభ్రాత్రంబు మధురాతిమధుర సమత్వ దృష్టి' అని అంటాడు. అలాగే 'ఆశించుచున్నారా సకల దేశాల ముత్తమమైన నిరతబాంధవ్య లబ్ధి' అన్న ఆకాంక్షను వ్యక్తం చేస్తాడు. ప్రపంచ ప్రజల మధ్య మంట పెడుతున్న ప్రపంచ యుద్ధం ఎప్పుడు నశిస్తుందో ప్రపంచ శాంతి ఎప్పుడు సాధ్యమవుతుందోనని ఆవేదనపడతాడు. జాషువా ప్రశ్నలకు ఇంకా జవాబు దొరకలేదు. 'నాదు కన్నీటి కథ సమన్వయం సేయనార్థ హృదయంబు గూడ కొంతవసరంబు" అని గబ్బిలం గురించి జాషువా వాపోయాడు. ఉత్తమ జాతి పక్షులుగా పిలువబడే హంసలు, చిలుకలను పక్కకు తీసి సమాజంలోకి అతి వేగంగా దూసుకుపోయేలా 'గబ్బిలం' కవి కండ్లకు దళితంగానే కనిపించింది. జాషువా రచనలు అగ్రరాజ్యాధికారం తుదముట్టించే దిశలో కొనసాగాయి. దళితులకు తిండి బట్టలతోపాటు స్వేచ్ఛా జీవనం కూడా దుర్భేద్యంగా ఉండేది ఆనాటి కాలంలో. 'కఠిన చిత్తుల దురాగములు ఖండించి కనికర మొలకించు కులమునాది' అందుకే 'నిమ్న జాతుల కన్నీటి నీరదములు పిడుగులై దేశమును కాల్చివేయున్' అని హెచ్చరించాడు. గర్జించారు. శాసించాడు. చాతుర్వర్ణ వ్యవస్థను నిలదీస్తూ జాషువా విప్లవమూర్తిగా సాక్షాత్కరించాడు. పంచమ కులం ఎక్కడుందని ఆవేదనకు గురయ్యారు.

'ముసలివాడైన బ్రహ్మకు పుట్టినారు నలుగురు కుమారులనుట విన్నాను గాని పసరమునకన్నా హీనుడు భాగ్యుడు.. హైందవ కులస్థుడెవరమ్మా, సవిత్రి.?' అంటూ తన పద్యాలను తెలుగు సాహిత్య చరిత్రలో దళిత సాహిత్యానికి మార్గదర్శకంగా రాశారు. బాబాలు, వెంకటేశ్వర స్వాములపై హేతువాద రీతిలో రాసిన పద్యాలు చైతన్యవంతంగా కనిపిస్తాయి. అయితే కులం ద్వారా కలిగిన అవమానం, దారిద్ర్యంతో జాషువా హృదయం ద్రవించింది. "ఆ అభాగ్యుని రక్తంబు నాహరించి/ ఇనుప గజ్జెల తల్లి జీవనము సేయు/ గసరి బుసగొట్టు నాతని గాలి సోక/ నాల్గు పడగల హైందవ నాగరాజు" అని హిందుత్వాన్ని తీవ్ర ధ్వనితో నిరసించాడు కవి. 'విశ్వనరుడను నేను, నాకు తిరుగులేదు" అని తన వీర కవిత్వాన్ని యావత్ ప్రపంచానికి

ఒక చక్కని అక్షర పూలమాలలుగా అందించారు. ఈ కోవలోనే 1970లో ఆంధ్ర విశ్వవిద్యాలయం కళాప్రపూర్ణ, భారత ప్రభుత్వం పద్మభూషణ పురస్కారాలు అందించింది. అంతేకాక కవి కోకిల, కవి విశారద, కవి దిగ్గజ, నవయుగ కవి చక్రవర్తి, మధుర శ్రీనాథ, విశ్వకవిసామ్రాట్ బిరుదులు అందుకున్నారు. 'మత పిచ్చిగాని, వర్ణోన్నతిగాని, స్వార్థ చింతనము గానీ నాకతులందుండదు' అని జాషువా స్పష్టపరిచారు. ఎవరూ చూడని చీకటి కోణాలను చూడగల క్రాంతదర్శి కవి జాషువా. జాషువా కవిత్వంలో జాలి, దయ, కరుణలు కనిపిస్తాయి. నిజానికి జాషువా జీవితం నుండి అతని కవిత్వం వికసించింది. తన రచన ద్వారా అణగారిపోతున్న పేద సమాజాన్ని మార్చాలి అనుకున్నారు. ఆ కోవలోనే ప్రయత్నించారు. జాషువాలో, అతని రచనలలో కసి గానీ, ద్వేషం గానీ లేదు. కేవలం ప్రతిఘటన మాత్రమే. అందరూ సమానమనే తత్వాన్ని బోధించారు జాషువా. వారి ఆలోచనలు, ఆరాటం, తపన అంతా సమాజ మార్పు కోసమే.. జాషువా కలాన్ని గళంగా మార్చి విశేష సాహిత్య సంపదను సృష్టించారు. ప్రజల్లో తన రచనల ద్వారా చైతన్యాన్ని రగిలించారు. సమాజంలో చెరగని ముద్ర జాషువా. వారి ఆశలు, అకాంక్షలు, లక్ష్యాలు నెరవేర్చడమే మనం వారికిచ్చే నిజమైన నివాళి.

(సెప్టెంబర్ 28 2019 నవతెలంగాణ చార్వాక పేజీ)

సాయుధ పోరాటం.. సాహిత్య చైతన్యం

చారిత్రాత్మక తెలంగాణ సాయుధ పోరాటంలో గ్రామీణ ప్రజానీకాన్ని సమీకరించడంలో ఆ కాలంలో వచ్చిన సాహిత్యం కీలక భూమిక పోషించింది. కవిత్వం, పాట, కథ, నవల, నాటకాలతో పాటు బుర్ర కథలు, గొల్లసుద్దులు వంటి సాహిత్యం వెల్లువలా వచ్చింది. ఎందరో కళాకారులు ఎన్నో కళారూపాలను ఆయా సందర్భాలకు అనుగుణంగా

సృష్టించి ప్రదర్శించారు. ఇవన్ని ప్రజలను కదిలించాయి. పోరాటం వైపు నడిపించాయి. ఏడు దశాబ్దాల క్రితం సృజించిన సాహిత్యం ప్రాసంగికత ఇప్పటికీ ఉందంటే అతిశయోక్తి కాదు. ఆ కాలంలో సాహితీవేత్తలు సృష్టించిన సాహిత్యం వర్తమాన పరిస్థితులకు అద్దంపడుతోంది.

తెలంగాణ సాయుధ పోరాటాన్ని చిత్రించే సాహిత్యంలో కవిత్వం ముఖ్యపాత్ర వహించింది. నిజాం నిరంకుశ పాలనలో ప్రజల హృదయవిదారకమైన బాధలను, దోపిడి పీడనను కవులు తమ కవిత్వంతో తూర్పారపట్టారు. నైజాం రాక్షస పాలనలో ఆ రాజ్యంలో జరిగే జాగీర్దార్ల, దేశ్ముఖ్‌ల పటేల్, పట్వారీల దురాగతాలకు వ్యతిరేకంగా ప్రజల బతుకుల్లో స్వేచ్ఛా స్వాతంత్ర్యాలు వెల్లివిరియాలనే దృఢసంకల్పంతో ప్రజలను పోరాట పంథాలో నడిపించడంలో కవిత్వం తన వంతు పాత్ర పోషించింది. ఉద్యమంలో మమేకం అయిన కవులు కొందరైతే, పోరాటాన్ని చూస్తూ కలం కదిలించిన కవులెందరో... మరికొంత మందికి ఈ పోరాటంతో సంబంధమే లేకపోయినా ప్రజా పోరాటం గురించి తెలుసుకొని కవాతు చేసిన కలాలు ఉన్నాయి. తెలంగాణ ప్రజా పోరాటం ఇతివృత్తం ఆధారంగా దాశరథీ, కాళోజీ, గంగినేని, సోమసుందర్, ఆరుద్ర, రెంటాల, రమణారెడ్డి, కుందుర్తి కావ్యాలు రాశారు. ఆ కాలంలో కవులు స్పందించిన తీరు, వారు సృజించిన సాహిత్యం నేటి తరాలకు మార్గనిర్దేశం చేస్తుంది.

'నగ్న నృత్యమింకెన్నాళ్ళు? పోలీసు అండను దౌర్జన్యాలు/ పోషణ బొందే దెన్నాళ్ళు!' అంటూ ఆడవారిపై పోలీసుల అండతో దౌర్జన్యాలు కొనసాగిస్తూ దొంగలు అందరూ ఊళ్లు పంచుకొని దోరలుగా ఎన్నాళ్ళు చెలామణి అవుతారని తీవ్ర స్వరంతో ప్రశ్నించింది కాళోజీ కలం. సాయుధ పోరాటంలో స్వయంగా పాల్గొన్న కవిగా, జైలు జీవితం అనుభవించిన వ్యక్తిగా కవితాగ్రహంతో 'కసి ఆరిపోకుండా బుసకొట్టుచుండాలె/ కాలంబురాగానే కాటేసి తీరాలె' అని నైజాం రాక్షస పాలనలో చితికిపోయిన బతుకులలో విప్లవజ్వాల రగిలించారు.

'ఓ నిజాము పిశాచమా! కానరాడు/ నిన్ను బోలిన రాజు మాకెన్నడేని/ తీగెలను తెంపి అగ్నిలో దింపినావు/ నా తెలంగాణ కోటి రత్నాల వీణ' అంటూ

గర్జించిన పద్యం దాశరథి. 'తెలంగాణము రైతుదే, ముసలి నక్కకు రాచరికంబు దక్కునే' అంటూ రైతులు తమ రెక్కల కష్టం నమ్ముకుని కష్టించి పొలము పండించగా భూస్వాములు దొరలు వారి భూములను ఆక్రమించుకుంటున్నారని, తెలంగాణ రైతులదే ఆ ఆస్తి అని నిజాం ముసలి నక్కకు రాచరికం అవసరమా అని ప్రశ్నించిన ధిక్కార స్వరం దాశరథి. "కోటిన్నర'నోటి వెంట పాటలుగా మాటలుగా/ దిగిపొమ్మని ఇదే మాట అనేస్తాను' అని నిజాం నవాబును హెచ్చరించారు. 'దేశంలో సంస్థానాలన్నింటిలో/ హైదరాబాద్ పెద్దది/ భూస్వామ్య బాధల్ని ప్రజలు సహించిన చిట్టచివరి హద్దు అది' అని 1953లో కుందుర్తి తెలంగాణ కావ్యంలో స్పష్టం చేశారు. 'సంఘం సూర్యుడు చాచిన/ శత సహస్ర కిరణాల ధీర్ఘ బాహువులు/ పోలీసు ఠాణాల్ని /దేశ్‌ముఖ్‌ల దివాణాన్ని వాటేసుకున్నై' అంటూ సంఘం ఇచ్చిన ధైర్యంతో ప్రజలు సాహసంగా పోరాటం చేశారు.

'ఈ ప్రజలు కూడా/ గుట్టుచప్పుడు కాకుండా/ కుతకుతమని ఉడుకుతారు/ పొగలు రేగి సెగలు చిమ్మి/ భగభగమని మండుతారు' అంటూ చంద్రలాల్ ఓఝా ప్రజా తిరుగుబాటును ఎవరూ ఆపలేరు అని కుండబద్దలు కొట్టారు. 'త్యాగాలకు వెనుదీశామా?/ భోగాలను ఆశించామా?/ ప్రాణాలకు భయపడ్డామా?' అంటూ తేన్నేటి సూరి పోరాట కాలంలో వెనుదీయని ప్రజల గొప్పతనాన్ని కీర్తించారు. మఖ్దూం మొహియుద్దీన్ అయితే 'తెలంగాణ' పేరుతో ఓ ప్రసిద్ధ గేయాన్నే రచించారు. 'అడవుల కొండల అనుంగు బిడ్డలు/ పొలాల పొత్తిట పెరిగిన పాపలు/ లేచిరి క్రోధోద్ధత భీకరులై/ సమరోద్ధృతకాక్షేయ కరులై'... 'హలాకూల జారుల పరిపాలన/ పర్రెలు వారి బదాబదలయ్యేను' అంటూ మఖ్దూం నిజాం పాలనను నిరశించాడు. ఆరుద్ర తెలంగాణ బాధితుల పక్షాన నిలబడి 'త్వమేవాహమ్' కావ్యం రచించాడు. ఆవంత్స సోమసుందర్ 'వజ్రాయుధం' తెలంగాణసాయుధ పోరాటాన్ని కావ్యంగా రచించాడు. ఇందులో 'హిందూ ముస్లిం పీడిత శ్రమ జీవులేక మైరి' ఇక, 'ఖబర్దార్! ఖబర్దార్! నైజాం పాదుషాహే!' అంటూ నిజాంను హెచ్చరిస్తాడు. కవిత్వం కవులు సృష్టిస్తే శ్రమ జీవులైన ప్రజలు ఆశువుగా చెప్పిన మాటలే పల్లవులై పాటలుగా ధన్వించాయి. తెలంగాణ సాయుధ పోరాటంలో ఎందరో ప్రజా కవులు నిజాం పాలనను నిరసిస్తూ

పాటలల్లారు. 'నాజీ నైజాము రాజు నలగొండ జిల్లాలోన/ ప్రజలను పట్టియునా నా హింసలకు గురిజేసె' నంటూ పట్టంశెట్టి ఉమామహేశ్వరరావు ఆలపించాడు.

'కరకు కత్తుల తోడ ఓ రాజా/ ప్రజల కుత్తుకలు కోసోటి యమరాజా' అంటూ నిజాం రాజును ఉద్దేశించి ఓ అజ్ఞాతకవి హెచ్చరించాడు. 'నైజాము ప్రభుత భూత/ నాయకత్వ రాక్షస తైవమున్/ దాని రూపు మాపకున్న/ మనకు లేదు సౌఖ్యమున్' ముందడుగు వేయరా... మార్చ్ సాంగ్.' పిచ్చి నిజాము రాక్షసుని భీకర మారణ హౌమవాటి' యరమాకుల వెంకట రమణారెడ్డి. 'ఖాసీంరజ్వీ కాల్చినా...నాజీనైజాం నరికినా/ ఎదురుదెబ్బ తీసేద్దాం... అదిరిబోవతరిమేద్దాం' ముక్కామల నాగభూషణం. 'నైజాం కీచకుడా!/ నీ పీచమడంచ ప్రజలంతా/ ఒక పిడికిట/ ఒక గొంతుక/ ఒకమోతై ధ్వనించారు' సోమసుందర్' నైజాము సర్కారురా.. తెలుగోడ/ నరకాసురు నేమించెరా.. తెలుగోడా. సుద్దాల హనుమంతు. 'పల్లెటూరి పిల్లగాడా' పాటతో తెలుగు ప్రజల గుండెల్లో శాశ్వతస్థానం సంపాదించుకున్నారు. ప్రజలంటే శ్రమజీవులు వారి నుంచి ఆశువుగా వచ్చిన మాటలే పాటలయ్యాయి.' వెయ్ ఏయ్ వేయర దెబ్బ వెయ్ వెయ్ అంటూ ఆవేశంతో తన చేతి కర్రను నేలకు కొట్టి కర్తవ్య భోద చేసిన అవ్వ మాటలే పల్లవిగా సుద్దాల హన్మంతు పాటై ప్రజాశక్తిని కదిలించింది. ఇలాంటి పాటలు జన చైతన్యానికి దోహదం చేశాయి. 'ఎవడు నైజము/ ఎవరు దొరలంత' అంటూ తిరునగరి రామాంజనేయులు. 'తెలుగు తల్లి బిడ్డలం – తెలంగాణవీరులం/ మాతృదేశమూర్తి కొరకు –పోరుసలుప కదిలినాం' అంటూ కొండేపూడి లక్ష్మినారాయణ గీతం పల్లె పల్లెలో లాంగ్ మార్చ్ చేసింది.

తొలి అమరుడు దొడ్డి కొమరయ్య మరణించినప్పుడు కె.ఎల్.నరసింహారావు జైలులో ఉండే 'అమరజీవి కొమరయ్య' పాట రాశారు. బండి యాదగిరి పాట జనం నాలుక మీద మాటగా మారింది. సాయుధ పోరాట కాలంలో వచ్చిన ప్రతిపాట ఒక తూటాలా నేనుసైతం అంటూ పోరు చేసింది. తెలంగాణ సాయుధ పోరాటం, హైదరాబాద్‌పై పోలీసు చర్య నేపథ్యంలోఅనేక కథలు వచ్చాయి. తెలంగాణకు చెందిన ఆవుల పిచ్చయ్య, పర్చాదుర్గా ప్రసాదరావు, కాంచనపల్లి చిన వెంకటరామారావు, వట్టికోట ఆళ్వారు స్వామి, పొట్లపల్లి రామారావు తదితరులు ఉద్యమంలో భాగమై,

మమేకమై కథలు రాశారు. ఉద్యమాన్ని ఉద్యోగ జీవితంలో భాగంగా దగ్గర నుంచి చూసి భాస్కరభట్ల కృష్ణారావు రాసిన 'ఇజ్జత్' కథ, దొడ్డికొమరయ్య అమరత్వం నేపథ్యంలో ఆవులపిచ్చయ్య రాసిన 'ఊరేగింపులు' కథ. ఈయన ఒకచేతిలో ఆయుధం మరో చేత్తో కలంపట్టిండు. ఆవుల పిచ్చయ్య కథలన్నీ అడివి బాపిరాజు సంపాదకత్వంలోని 'మీజాన్' పత్రికలో అచ్చయ్యాయి. ఆళ్వారు స్వామి జైలులోపల సంపుటే గాకుండా 'రాజకీయ బాధితులు', 'గిర్దావరు','కాఫిర్లు' మొదలైన కథలు వచ్చాయి. ఆంధ్రాకు చెందిన గంగినేని వెంకటేశ్వరరావు ఇంటర్వ్యూల రూపంలో తాను సేకరించిన సమాచారాన్ని 'ఎర్రజెండాలు' పేరిట మూడు భాగాలుగా తీసుకువచ్చారు. అలాగే అరసం హైదరాబాద్ నుంచి 1945లోనే కథా సంపుటాలు వెలువరించింది.

సాయుధపోరాట కథలు ప్రముఖంగా దొరల దౌర్జన్యాలని, రజాకార్ల దురాగతాలని, కమ్యూనిస్టుల పోరాట పటిమను, అధికారుల దాష్టీకాన్ని చిత్రించాయి. తెలంగాణ కథకులు ముఖ్యంగా ఆళ్వారుస్వామి, పొట్లపల్లి రామారావులు జైలులోని ఖైదీలు కేంద్రంగా ఉద్యమాన్ని రికార్డు చేశారు. అడ్లూరి అయోధ్య రామకవి కాంగ్రెసు భావజాలంతో రజాకార్ల దుర్మార్గాలని ఎండకట్టగా, పి.వి.నరసింహారావు 'గొల్ల రామవ్వ' కథ ఉద్యమంతో మమేకమైన బహుజనులను చిత్రించింది. తాళ్ళూరి రామానుజ స్వామి పీటల మీద పెండ్లి అనే కథల సంపుటిని కూడా వెలువరించాడు. ఇల్లిందల సరస్వతీదేవి, ఎల్లాప్రగడ సీతా కుమారిల కథలని సమగ్రంగా పరిశీలించినట్లయితే సాయుధ పోరాటంపై వాళ్ళు రాసిన కథలుదొరుకుతాయి. తెలుగు సాహిత్యం గర్వించదగిన నవలా సాహిత్యాన్ని తెలంగాణ రైతాంగ పోరాటం సృష్టించింది. వీటిలో పోరాటం కొనసాగుతుండగా బొల్లిముంత శివరామకృష్ణ 1947లో రాసిన 'మృత్యుంజయులు', లక్ష్మీకాంత మోహన్ రాసిన 'సింహ గర్జన' (1950) వెలువడ్డాయి. పోరాట విరమణ తర్వాత వట్టికోట ఆళ్వారుస్వామి రాసిన 'ప్రజల మనిషి' (1955), 'గంగు' (1965) నవలలు వెలువడ్డాయి. 1940-45 మధ్య తెలంగాణ పోరాటాన్ని చిత్రించిన గంగు నవల ఆళ్వారు స్వామి అకాలమరణం(1961)తో అసంపూర్తిగా మిగిలి పోయింది. 1947 నాటి తెలంగాణ గురించి మహీధర రామ్మోహన్‌రావు

‘ఓనమాలు’, ‘మృత్యువు నీడల్లో’ రాశారు. 1938కి పూర్వపు తెలంగాణ జన జీవితాలను చిత్రిస్తూ దాశరథి రంగాచార్య ‘చిల్లరదేవుళ్లు’ (1969) రాశారు. 1942-48 మధ్యకాలం నాటి పరిస్థితులతో ‘మోదుగు పూలు’ (1971), 1948-68 నాటి తెలంగాణ స్థితిగతులతో ‘జనపథం’ (1976) నవలలు రాశారు. ఆ కాలంలోనే గొల్లపూడి నారాయణరావు, ‘తెలుగుగడ్డ’ నవల తెలంగాణ ప్రజల దయనీయ జీవితాలను కళ్లకు కట్టింది. సాయుధ పోరాట కాలంలో వచ్చిన సాహిత్యానికి ప్రాధాన్యత ఇప్పటికి చాలా ఉంది.

(సెప్టెంబర్ 14 2020 నవతెలంగాణ, దర్వాజ)

స్త్రీల అభివృద్ధే సమాజాభివృద్ధి

'నస్త్రీ స్వాతంత్ర్య మర్హతి' అని మనువు ఏనాడన్నాడో, ఆనాటి నుండి భారత స్త్రీ పరిస్థితి అధోగతే అయింది. వీరేశలింగం చిన్నతనంలో తన ఇంట నాలుగు తరాల స్త్రీలను చూశారు. వారు పెరిగిన తీరుతెన్నులన్నీ ఆయన పరిశీలించారు. అందుకే ఆయనకు చిన్నతనం నుంచే స్త్రీల పట్ల గౌరవం, వారి అసహాయ స్థితికి జాలి, వారిని పైకి తీసుకురావటానికి ఏదో చేయాలనే తపన సహజ గుణాలయ్యాయి.

స్త్రీలు అభివృద్ధి చెందాలంటే ముందుగా వారికి విద్య నేర్పించవలసిన అవసరం ఉందని గ్రహించి వీరేశలింగం విద్యార్థిగా ఉన్నప్పుడే స్త్రీల పక్షం వహించి పత్రికలకు రచనలు చేశారు. స్త్రీల స్థితిగతులు బాగుపడితే కానీ యావత్ దేశం బాగుపడదని గట్టిగా నమ్మిన వ్యక్తి. అందుకే స్త్రీకి విద్య అత్యంతావశ్యకం అని వాదించారు. విద్య లేకపోవడం వలనే వారిలో మూఢనమ్మకాల వంటివి పెరిగి అనారోగ్యం పాలవుతున్నారని తన తల్లిని దగ్గర నుండి చూడటం వలన మరింత బలంగా నమ్మారు. అందుకే ఆయన స్త్రీలను విద్యావంతులను చేయడానికి నడుం కట్టారు. అధ్యాపకునిగానే కాక, విద్యాదాతగా కూడా మారి ధవళేశ్వరంలో బాలికా పాఠశాలను ప్రారంభించేటట్టు చేశారు. బహుశా తెలుగునాట ఇదే ప్రప్రథమ బాలికా పాఠశాల కావచ్చు.

స్త్రీలకు విద్య అవసరమా లేదా అనే చర్చలు ముమ్మరంగా సాగుతున్న తరుణంలో సంజీవని పత్రికలో, పురుషార్థప్రదాయిని పత్రికలో స్త్రీ విద్యకు అనుకూలంగా కథనాలు రాసేవారు వీరేశలింగం. స్త్రీ విద్యను శ్లాఘిస్తూ "ముద్దియ విద్దియ పెద్ద కార్యమనుట ప్రసిద్ధము" అనే వ్యాసాన్ని పురుషార్థ ప్రదాయిని పత్రికలో రాశారు. ఇది సంప్రదాయవాదులకు వ్యతిరేకంగా ఉండటంతో వివాదంగా మారి ఆయనపై దాడి చేసే పరిస్థితులను ఎదుర్కొన్నారు. స్త్రీలను చైతన్యం చేయడానికి సులభశైలిలో అందరికి అర్థమయ్యేట్టుగా అనేక వ్యాసాలు రాశారు. స్త్రీ విద్య, దయ్యములు, విద్య, వైద్యములు, వైశ్యులు, ఐకమత్యం, సత్యం, ప్రమాణ విచారణము, ఈశ్వర సద్భావము, యదార్థజ్ఞానము, ఆత్మ, భగవద్గుణములు, బ్రాహ్మణులు వారి వత్తులు, సుగుణ దుర్గుణములు అనే వ్యాసాలు ప్రముఖమైనవి. 1874లో వివేకవర్ధిని అనే పత్రికను ప్రారంభించి స్త్రీ విద్య అవసరంపై అనేక రచనలు చేశారు. ఒకవైపు పత్రికా ముఖంగా పోరాటం చేస్తూనే క్షేత్ర స్థాయిలో ఆచరణలోకి దిగారు కందుకూరి. బాలికా విద్యాభ్యాసం వలన లాభాలను వివరిస్తూ ధవళేశ్వరంలోనే అనేక సభలు నిర్వహించడం ద్వారా క్రమంగా విముఖత చెందిన ప్రముఖులు కూడా బాలికా విద్య అవశ్యకమనే నిర్ణయానికి వచ్చి తమ స్వయం సంపాదనతో బాలికా పాఠశాలను నడిపించారు. ఇది కుందుకూరికి "మానస పుత్రిక" అనడంలో సందేహం లేదు.

స్త్రీలు కూడా పురుషులతో సమానంగా విద్యావివేకాలతో వృద్ధిలోకి వచ్చినప్పుడే ఉన్నత స్థితికి చేరుతారని నమ్మిన వ్యక్తి. ఇది గమనంలో లేకపోతే స్త్రీలతోపాటు పురుషులు కూడా పాతాళంలోకి పోతారనడంలో సందేహం లేదు అన్న అభిప్రాయం పంతులుగారిది. స్త్రీలకు తెలుగు భాషలో చదువుకొనటానికి, విజ్ఞానం పొందటానికి తగిన మంచి పుస్తకాలు లేవని గ్రహించి వారికోసమే ప్రత్యేకంగా సతీహిత బోధిని అనే పత్రికను 1883లో ప్రారంభించి ఎన్నో వ్యాసాలు, కథనాలు రాశారు.

కందుకూరి వీరేశలింగం తెలుగుజాతిని ముందుకు నడిపించిన ఘనుడు అనడంలో అతిశయోక్తి లేదు. తాను ఎన్నుకున్న మార్గంలో కడవరకు నడిచిన వీరుడు. ఆయన జీవితం బహుముఖీనం. వ్యక్తిగా తనను తాను సంస్కరించుకొంటూనే సంఘాన్ని సంస్కరించదలిచిన సంఘసంస్కర్త కందుకూరి వీరేశలింగం. భాషను నవీన మార్గాలు పట్టించి, సంఘంలోని దురాచారాలపై కన్నెర్రజేసి, ప్రజోపయోగ భావాలను జనంలో నింపి, మతంలోని మర్మాలను విప్పిచెప్పి, తెలుగుజాతిని తట్టిలేపి, జనాన్ని జాగృతం చేసి, అభివృద్ధికి వారు ఏమార్గంలో నడవాలో తెలుపుతూ తెలుగుజాతికి ఒక కొత్త బాటవేసిన వ్యక్తి కందుకూరి వీరేశలింగం.

“మరణమునకు దక్క మరి తీరుబడిలేక
కలము దించనట్టి కవి వరుండు”

అని జాషువా అన్నట్టు ఆయన చివరి వరకు తన రచనలను ఆపలేదు. రచనలో విశిష్టత ఉండాలని నిత్యం తపించే వ్యక్తి కాబట్టే ఆయన చేతికి ఎముక లేదు అన్నట్టుగా రచనా వ్యాసాంగాన్ని కొనసాగించారు. ఆయన ఆలోచనలెప్పుడూ ఉన్నతమైన పదాల కోసం ప్రయాణిస్తుండేవి. ప్రాచీన కావ్యాలు చదివేటప్పుడు మహాకవియై ఉత్తమ కావ్యాలు రాయాలనే కోరిక బలంగా ఉండేది. కానీ ఐశ్వర్య, అధికారాలపై ఏనాడు మోజుపడలేదు. ముందుతరం వారైనా పొన్నగంటి, తిమ్మన, మరింగంటి సింగరాచార్యుల రచనలను చూసి వాటిలో మేలు లక్షణాలు ఒకే కావ్యంలో కూర్చి అనితర సాధ్యమైన కొత్త తోవను తొక్కాలని ఆయన సంకల్పం. ఆ సంకల్పంలో 1870లో ‘శుద్ధాంధ్రనిరోష్ఠ్య నిర్వచన నైషధం’ అనే నలచరిత్ర కావ్యాన్ని రచించారు.

అదే సమయంలో 'రసిక జన మనోరంజన' అనే మిశ్ర ప్రబంధాన్ని రాశారు. దానిలో అచ్చతెలుగులో ఐదు అశ్వాసాల కావ్యంగా శుద్ధ ప్రబంధాన్ని ప్రథమశాస్త్ర పరీక్షకు పాఠ్యగ్రంథంగా పెట్టారు.

పంతులు గారి రచనలు చదివిన అనేకమంది విద్యార్థికులు, పండితులు ఆయనను 'అభినవ తిక్కన' అని పిలిచేవారు. ఆయన ఛాందసభావాలను వదిలించుకుని క్రమంగా అభ్యుదయ భావాలను అలవర్చుకున్నారు. స్త్రీ విద్యపై వ్యాసాలు రాశారు. వివాదాలు తెచ్చిపెట్టినప్పటికి స్త్రీ విద్యకు అనుకూలంగా తన వాదాన్ని మరింత బలంగా వినిపించే రచనలు చేశారు. అందులో "ముద్దియ విద్దియ పెద్దకార్యమనుట ప్రసిద్ధము" అనే రచన చాలా గొప్పది. సంప్రదాయ వాదులకు ఆయన అంటే పొసగదు. వీరేశలింగం గద్యరచనలైన నవల, కథలు, స్త్రీ, పురుష జీవిత చరిత్రలు, వ్యాసాలు, ప్రవాసనములు, గ్రంథ విమర్శనములు, చారిత్రక గ్రంథాలు, పత్రికారచనలు, శాస్త్ర గ్రంథాలు, ఉపన్యాసాలు రాసి 'గద్యతిక్కన' బిరుదు అందుకున్నారు. 1872లో కోరంగిలో ప్రధానోపాధ్యాయునిగా పని చేస్తూనే 'శుద్ధాంధ్ర ఉత్తర రామాయణం', 'సంగ్రహ వ్యాకరణం' అనే తెలుగు వ్యాకరణాన్ని పాఠశాల విద్యార్థులకు ఉపయోగపడే విధంగా రాశారు. ఇది ఆంగ్ల వ్యాకరణ రచనా పద్ధతిలో రాయడంతో పాఠశాలలకు పాఠ్య గ్రంథంగా ఉంది. 1902 నాటికి 11సార్లు ఆ వ్యాకరణ గ్రంథం ముద్రితమైంది. తిరిగి 1994లో పునర్ముద్రణ జరిగింది. వీరేశలింగం చిన్నతరగతుల పిల్లల కోసం నీతి భాష అవసరాన్ని, ఉపయోగాన్ని సరైనా పద్ధతిలో అర్థం చేసుకున్న తొలి తెలుగు వ్యక్తి. పండితులకే పరిమితం కాకూడదనీ పామరులకూ అర్థమయ్యే భాషలో రాయాలని భావించే వ్యక్తి. 1876లో హాస్య సంజీవని అనే మరో పత్రికను స్థాపించారు. 'అభాగ్యోపాఖ్యానం'ని రాశారు. 'రసికజన మనోరంజనం' అనే అచ్చతెలుగు కావ్యం ప్రచురించారు. సంఘంలోని మూఢవిశ్వాసాలపై కలమెత్తి 'రాజశేఖర చరిత్ర'ను రచించారు. ఇది 1878లో వివేకవర్ధిని పత్రికలో ప్రచురించబడి అనంతరం పుస్తకరూపంలో వచ్చింది. ఇది తెలుగులో వెలువడిన తొలి నవలగా చెప్పవచ్చు. దీని ఆంగ్ల అనువాదం ఇంగ్లండులో ఒక పత్రికలో ప్రచురించారు. ఇది కన్నడ భాషలోకి అనువదించబడింది. 1878లో

'శుద్ధాంధ్ర భారత సంగ్రహం' కావ్యాన్ని, సంభాషణ రూపంలో 'బ్రాహ్మ వివాహం' అనే రూపకాన్ని రాశారు. అయితే ప్రజలలో ఇది 'పెద్దయ్యగారి పెండ్లి పుస్తకం' పేరుతో ప్రచుర్యంలోకి వచ్చింది. బాల్య వివాహం, వృద్ధ వివాహం, కన్యాశుల్కం మొదలైన దురాచారాల వలన కలిగే అనర్థాలను తెలిపి జనులను వాటి నుంచి విముక్తులను చేయాలనే ఆలోచనతో 'ధర్మబోధిని' గ్రంథాన్ని రాశారు. దీనికి 'ప్లీడరు నాటకం'గా ప్రజలలో మంచి ఆదరణ లభించింది.

చిన్నయసూరి రచించిన నీతిచంద్రికలో మిత్రలాభం, మిత్రభేదం మాత్రమే ఉండటంతో, అది అసంపూర్తి గ్రంథంగా ఉందని అందులో సంధి, విగ్రహ అనే భాగాలను రాయాలని భావించిన పంతులుగారు విగ్రహం పేరుతో రెండో భాగాన్ని 'సంధి' అని మూడో భాగాన్ని రచించారు.

1880లో ధార్వాడ నాటక సమాజం వారు రాజమండ్రి వచ్చి నాటక ప్రదర్శనలు ఇచ్చి వెళ్లేవారు. అందుకోసం వేసిన పందిళ్లు తీయకముందే తన శిష్యుల చేత తాను రాసిన నాటకాలను వేయించేవారు పంతులుగారు. కాళిదాసు సంస్కృతంలో రాసిన 'అభిజ్ఞాన శాకుంతలం'ను తెలుగులో నాటకంగా రాసి ప్రదర్శించారు. శ్రీహర్షదేవ రాసిన 'రత్నావళి', షేక్స్పియర్ రాసిన 'కామిడీ ఆఫ్ ఎర్రర్స్' తెలుగులోకి అనువదించి నాటక ప్రదర్శన ఇచ్చేవారు. ఆ తరువాత 'రత్నావళి' నాటకం పాఠ్యాంశమైంది. రాగమంజరి, గోగ్రహణం, హరిశ్చంద్రోపాఖ్యానం, తిర్యగ్విద్వన్మహాసభ, మహారణ్య పురాధినత్యము, ఆక్షేపగర్భ వంటి నాటకాలు రాసి ప్రదర్శించారు. అందుకే అనంతర కాలంలో ఉమ్మడి ఆంధ్రప్రదేశ్ ప్రభుత్వం కందుకూరి జయంతిని తెలుగు 'నాటక రంగ' దినోత్సవంగా ప్రకటించింది.

సతీహిత బోధిని కోసం షేక్స్పియర్ నాటకాలను తెలుగులో రాసి ప్రచురించేవారు. ఇక్కడి ప్రాంతానికి తగిన విధంగా వాటిలోని పాత్రలను, సన్నివేశాలను మార్పులు చేసి 'పద్మినీ ప్రభాకరం', 'మాలతీమధుకరం' వంటి పేర్లతో రాసిన రచనలు అటూ స్త్రీలను, ఇటూ పురుషులనూ రంజింపచేసినవి.

"విద్యవలన జ్ఞానంబువెలయుగాన
నవని 'నిదిమంచి' 'యిది చెడ్డ' యనుచు దెలియ

బాలురును బోలె దప్పక బాలికలును
విద్యనేర్వంగవలయును హ ద్యముగను"

వీరేశలింగం ఒక్క స్త్రీవిద్యకే పరిమితం అవ్వలేదు. ఆనాటి పరిస్థితులకు అనుగుణంగా బాల్యవివాహాలు జరుపుతుంటే అవి సరికాదంటూ వారిని చైతన్యం చేసారు. చిన్న వయసులోనే ఆడపిల్లలకు ముసలివాళ్లతో వివాహాలు చేయడం మంచిది కాదని చెప్పేవారు. భర్త చనిపోతే వారి బతుకు అంధకారం కావద్దు. చిన్న వయసులోనే వితంతువులుగా మారి జీవితాంతం అందరిచేత మాటలు పడే వారి వ్యధను గమనించిన పంతులుగారు బాల్యవివాహాలపై తిరుగుబాటు చేశారు. తన దగ్గర చదువుకున్న విద్యార్థులను చైతన్యం చేసి వారి సహకారంతో అనేక బాల్య వివాహాలను అడ్డుకున్నారు. అంతేకాదు బాల వితంతువులను చేరదీసి తన ఇంట్లోనే ఆశ్రయం కల్పించి వారి బాధ్యతనంతా ఆయనే చూసుకున్నారు. ఆయన భార్య రాజ్యలక్ష్మమ్మ కూడా ఆయనకు పూర్తి చేయూతనిచ్చి ప్రతి విషయంలోనూ అండగా నిలబడింది. అందుకే ఆయన ఇన్ని పనులు చేయగలిగారు. తన ఇల్లే వితంతు శరణాలయంగా మార్చివేశారు. ఆయన ప్రార్థనా సమాజాన్ని నిర్మిస్తే అందులోనే ఆమె మహిళలకు ఒక ప్రత్యేక మందిరాన్ని నెలకొల్పింది. అదే తొలి మహిళా ప్రార్థనా సమాజం. తన దగ్గరే ఆశ్రయం పొందుతున్న బాల వింతువులను చదివించడం కోసం తనే స్వయంగా విక్టోరియా బాలికా పాఠశాలను స్థాపించారు. వారికి వివాహం చేసి వారి కాపురం కుదురుకునే వరకు వారి బాగోగులు కూడా ఆయనే చూసేవారు. హితకారిణి సమాజాన్ని స్థాపించి మహిళా సమస్యలపై వారికి అండగా నిలిచాడు. వీరేశలింగం ప్రతి అడుగులోను ఆయన భార్య రాజ్యలక్ష్మమ్మ, ఆయన విద్యార్థులు, యువకులు చేయూతనందించారు. నిరంతరం మహిళా అభివృద్ధిని కాంక్షించిన కందుకూరి శత వర్ధంతి సందర్భాన మహిళలపై జరుతున్న దాడులను అడ్డుకుంటూ వారికి అండగా నిలబడటమే కందుకూరికి సరైన నివాళి.

(మే 11 2019 నవతెలంగాణ చార్వాక పేజీ)

తెలుగు వెలుగుల రేడు సినారె

"రగులుతున్న పంక్తులు.. పగుళ్ళువారిన పాదాలు
నెత్తురోడ్చే అక్షరాలు.. కత్తిమొన లాంటి కవిత" అని అభ్యుదయ కవితకు అందమైన అర్థాన్ని ఇచ్చిన సాహితీ శిఖరం సి.నారాయణరెడ్డి. 'విశ్వంభర'తో తెలుగు నేల విశిష్టతను దశదిశలా వ్యాపింపజేసిన సాహితీ దిగ్గజం ఆయన. తెలుగు సాహిత్యాన్ని, తెలంగాణ నేలను జ్ఞానపీఠ్‌తో సత్కరించిన నారాయణరెడ్డి నిరంతర ప్రయోగశీలి. బహుముఖ ప్రజ్ఞాశాలి. ఆధునిక

సాహిత్య చరిత్రలో తనకంటూ ఓ ప్రత్యేక స్థానం సంపాదించుకున్న విలక్షణ వ్యక్తిత్వం ఆయనది.

పద్యాలు, కవితలు, సినిమా పాటలు, గజళ్లు, కథలు ఇలా ఏ పక్రియలోనైనా సినారెది అందెవేసిన చెయ్యి. డిగ్రీవరకు ఉర్దూ మీడియంలో చదివినా, తెలుగు, సంస్కృత భాషలపై మంచి పట్టు సాధించారు సినారె. పదమూడవ ఏటనే పద్యాలు రాయడం మొదలెట్టారు. ఉస్మానియా విశ్వవిద్యాలయంలో ఎంఏ తెలుగు చదువుతుండగా గురజాడ, రాయప్రోలు, శ్రీశ్రీ, జాషువా, విశ్వనాథ, కృష్ణశాస్త్రి రచనలతో పరిచయమేర్పడింది. వారి బాటనే వెళ్లితే తన ప్రత్యేకత ఏముంటుందని భావించిన సినారె కొత్త ప్రయోగాలకు పూనుకున్నారు. 1953లో 'నవ్వని పువ్వు'తో మొదలైన ఆయన సాహితీ ప్రస్థానం, నాగార్జున సాగరమై సాహిత్యపు పంటను తెలుగు నాట పుట్లుపుట్లుగా పండించింది. తొంబైకి పైగా గ్రంథాలు, మూడు వేలకుపైగా సినిమా పాటలు, ఇంకా ఎన్నో గజల్స్, కథలు వెలువడ్డాయి.

ఆధునిక తెలుగు సాహిత్యంలో అనేక కొత్త ప్రయోగాలకు ఆద్యుడిగా నిలిచిన సినారె సహజంగానే అభ్యుదయవాది. ఆయన రచనలు అనేకం కన్నడం, మలయాళం, హిందీ వంటి దేశీయ భాషల్లోనే గాక రష్యన్, ఇంగ్లీష్, ఫ్రెంచ్, జపనీస్, ఇటాలియన్, అరబిక్ తదితర విదేశీ భాషల్లోకి కూడా తర్జుమా అయ్యాయి. 1988లో ఆయనకు ప్రతిష్టాత్మక జ్ఞానపీఠ్ పురస్కారాన్ని సాధించిపెట్టిన 'విశ్వంభర' కావ్యం మట్టికి, మనిషికి పట్టం గట్టింది. సామాజిక చైతన్యమే కవిత్వ ప్రధాన లక్ష్యం కావాలన్న ఆయన ఆశయం విశ్వంభరలో మనకు ప్రస్ఫుటంగా కనిపిస్తుంది. మానవ పరిణామ క్రమం, సృష్టి మార్మికత, అల్పత్వం, జ్ఞానం, లొంగుబాటు, ఎదురీత వంటి తాత్వికతల గురించి ఇందులో చర్చించారు. సినిమా రంగంలో ప్రవేశించిన సినారె అక్కడ కూడా విశేషంగా రాణించారు. సన్నివేశానికి, సందర్భానికి అనుగుణంగా అద్భుతమైన పాటలు రాశారు. 'గులేబకావళి కథ' చిత్రంలో "నన్ను దోచుకుందువటే" పాటతో మొదలైన ఆయన సినీ ప్రస్థానం అయిదు దశాబ్దాలకు పైగా సాగింది. ఆణిముత్యాల్లాంటి ఎన్నో పాటలు తెలుగు సినీరంగానికి అందించారు. చంటిబిడ్డలున్న ప్రతి ఇంట ఆయనపాట లాలిపాటై మారుమోగుతూనే ఉంటుంది.

ఆయన నిత్య చైతన్యశీలి. అంతకుమించిన గొప్ప మానవతావాది. సామ్యవాదం, ప్రగతిశీల మానవతావాదమే తన మార్గమని ఎలాంటి శషభిషలు లేకుండా నిర్ద్వంద్వంగా ప్రకటించిన ధీశాలి. సోవియట్ యూనియన్ పతనమైనప్పుడు కమ్యూనిజానికి కాలం చెల్లిందని పెట్టుబడిదారులు సంబరపడుతున్న వేళ 'ఎవడురా అన్నది కమ్యూనిజం చచ్చిపోయిందని... ఎవడురా కూసింది ఎర్ర జెండా నేలకొరిగిందని' అంటూ గర్జించారు. సామ్యవాదం పట్ల ఆయనకున్న తిరుగులేని విశ్వాసమే ఆయనతో అలా పలికించింది. హిందూత్వ మూకలు చెలరేగి బాబ్రీ మసీదును కూల్చివేసినప్పుడు దానిని సినారె ఖండించారు. అధ్యాపకుడిగా, అధికార భాషాసంఘం అధ్యక్షుడిగా, సాంస్కృతిక మండలి ఛైర్మన్‌గా, అంబేద్కర్ సార్వత్రిక విశ్వవిద్యాలయం, పొట్టి శ్రీరాములు తెలుగు విశ్వవిద్యాలయం ఉప కులపతిగా, రాజ్యసభ సభ్యునిగా ఆయన రాణించారు. 'నీటికి చలనం ఉంటేనే ఏటికి వరదొస్తుందిరా.. నిప్పున జ్వలనం ఉంటేనే గుప్పున మంటొస్తుందిరా..." అంటూ ప్రజా చైతన్యానికి ఊపిరిలూదారు. "కదిలిందీ అరుణ సైన్యం- బెదిరిందీ చీకటి రాజ్యం" అంటూ దోపిడీ కోటలపై ఎర్ర జెండాలను ఎగురవేశారు. రైతు కుటుంబంలో పుట్టి సాహిత్యరంగంలో ధ్రువతారై వెలుగొందారు.

రంగులు మార్చే ఊసరవెల్లిని పీడకవర్గానికి ప్రతీకగా చిన్నచిన్న కీటకాలను పీడితవర్గంగా పోల్చి తొండ రంగుమార్చి కాషాయిరంగు ధరించినా కీటకాలు దానిపై తిరుగుబాటు చేసి చంపేశాయనీ, అదే నేడు శ్రామిక వర్గం చేయాలని నేటికీ వర్తించే కవిత రాశారు. వర్గ సంఘర్షణలో తుది విజయం పీడితులదేనని మార్క్సిజం చెప్పిన సత్యానికి కవితారూపం ఇచ్చారు.

అభ్యుదయ కవులు ఎప్పుడూ ప్రజల చైతన్యాన్ని కోరుకుంటారు. ప్రజా ఉద్యమాలను సమర్థిస్తారు. అభ్యుదయ కవి అయిన సినారె ప్రతిఘటన కవిత ద్వారా చైత్యన్యాన్ని ప్రబోధించారు. "అచ్చమైన జీవితం అనుకరణంలో లేదు.. ప్రతిఘటనంలో ఉంది. నిజమైన వ్యక్తిత్వం భజనలో లేదు.. సృజనలో ఉంది" అంటూ అభ్యుదయ వాదులు, ప్రగతిశీలవాదులు నిత్యం సృజన చేయాలని తెలియజేస్తారు.

"రాస్తూ రాస్తూ పోతాను సిరా ఇంకేవరకు... పోతూ పోతూ రాస్తాను" అని కవితాత్మకంగా చెప్పిన సినారె చివరి దాకా అదే స్ఫూర్తితో అక్షర యాత్ర సాగించారు. యువ కవులను నిరంతరం ప్రోత్సహించేవారు.కవిత్వమే శ్వాసగా, ప్రగతిశీల మానవతావాదమే లక్ష్యంగా తుదికంటా ప్రస్థానం సాగించిన సినారె ధన్యజీవి. ఆ కవివరేణ్యునికి ఇదే మా అక్షర నివాళి.

(జూన్ 10 2019 నవతెలంగాణ, దర్వాజ)

ఆకలి సృష్టించిన సాహితీవేత్త ... రావూరి

నీరకాయ ధోవతి, పైపంచె మీద వైరం కాని వైరాగ్యం, మాటమాటలో మమకారాన్ని మధురంగా కురిపించే మార్దవం, సభ్యతా వాసనలకు మురిసిపోని సౌజన్యం, హృదయాన్ని హృదయంతో పలికించే సౌహార్థం వంటి ఋషి తుల్య లక్షణాలు కలకలిస్తే అతడే డా.రావూరి భరద్వాజ. ఆకలితో కనకనలాడిన పేగుల బాధలు పాకుడురాళ్లపై జారిజారి...అనుభవాల ఉలితో తనను తాను చెక్కుకున్న అక్షర శిల్పి రావూరి. జ్ఞానపీఠ సోపానాలను అధిరోహించడానికి వారి నవలలు, కథలు, స్మృతి ఆవిష్కరణలతో పాటు ఎన్నో శ్రవ్య నాటికలూ, నాటకాలూ అర్హత నిచ్చాయి.

జీవితం

"ఆకలే నా రచనలకు ప్రేరణ" అని ప్రకటించుకున్న భావర్షి రావూరి భరద్వాజ. ఆయన 1925లో కృష్ణాజిల్లా పరిటాల జగీర్ మోగులూరు గ్రామంలో మల్లికాంబ,కోటయ్య దంపతులకు జన్మించారు. తల్లిదండ్రులపైనే తన తొలి పద్యం చెప్పారు. చురుక్కైన విద్యార్థిగా పేరు పొందినా, ఆర్థిక పరిస్థితుల వల్ల ఏడో తరగతితోనే చదువు ఆగిపోయింది. ఈ క్రమంలోనే ఆకలి బాధను మరిచిపోవడానికి అక్షరానికి దగ్గరయ్యారు. 17ఏండ్లకే రచనలు ప్రారంభించారు. దొరికిన పండో, ఫలమో తింటూ నీళ్లు తాగి ఆకలి తీర్చుకుంటూ దొరికిన పుస్తకమల్లా చదువుతూ సాహిత్య దాహం తీర్చుకునేవారు. గ్రంథాలయం సంవత్సర చందా మూడు రూపాయలు కూడా కట్టలేని దీనస్థితి. పగలంతా దొరికిన పని చేస్తూ, రాత్రయితే దేవాలయంలోని దీపం వెలుతురులో లైబ్రరీ పుస్తకాలను చదివేవారు. ప్రపంచ సాహిత్యాన్నంతా పఠనం చేస్తూ ఎన్నో నిద్ర లేని రాత్రులను గడిపారు.ఆలపాటి రవీంద్రనాథ్ పని కల్పించడంతో 1946లో తెనాలికి మకాం మార్చారు. తెనాలి జీవితం ఆయన సారస్వత వ్యక్తిత్వాన్నే మార్చివేసింది. చలం ప్రభావంతో తొలి రచనలు చేసిన ఆయన.. 1950లో 'రాగిణి'లో వెలువరించారు.

కాంతంతో 1948లో వీరి వివాహం జరిగింది. "సంపన్నురాలైనా నా లేమిని, విద్యాహీనతను, నిరుద్యోగాన్ని చాలా దయగా భరించింది. అమాయకుడైన బిడ్డను తెలివైన తల్లి ఎలా చూస్తుందో ఆ బంగారు తల్లి నన్నలా చూసుకుంది. అందుకే 'కాంతమ్మ' అనేవాణ్ని" అని రావూరి భావోద్వేగంతో చెప్పేవారు. సాహితీవేత్త రావూరి భరద్వాజకు నలుగురు కొడుకులు, ఒక కూతురు ఉన్నారు. రవీంద్రనాథ్, గోపీచంద్, బాలాజీ, కోటీశ్వరరావు, పద్మావతి. కడుపు నిండా తినడానికి పట్టెడన్నం కోసం కష్టపడుతున్న రోజుల్లో త్రిపురనేని గోపీచంద్ గారి సహకారంతో 185 రూపాయిల జీతభత్యాలతో కూడిన ఉద్యోగమిచ్చినది ఆకాశవాణి. అక్కడ ఆయనకు ఎన్నో పుస్తకాలు చదువుకొనే అవకాశంతో పాటు ఆలోచించే తీరిక,రాసే వెసులుబాటు దొరికింది. ఆయన శ్రీమతి కాంతం 1986 ఆగస్టు 1వ తేదీన పరమపదించారు.

సాహిత్య సేవ

'కొత్త చిగుళ్లు'లోని విభిన్న శైలి తెలుగు సాహిత్యం దృష్టిని ఆకర్షించింది. రావూరి భరద్వాజ 37 కథా సంపుటాలు, 17 నవలలు, 6 బాలల మినీ నవలలు, 5 బాలల కథా సంపుటాలు, 3 వ్యాస మరియు ఆత్మకథా సంపుటాలు, 8 నాటికలు మరియు 5 రేడియో కథానికలు రచించారు. ఈయన బాలసాహిత్యంలో కూడా విశేషకృషి సలిపారు. సినీ పరిశ్రమలో తెరవెనుక జీవితాన్ని కళ్లకుకట్టినట్టు చిత్రీకరించిన 'పాకుడురాళ్లు' నవల భరద్వాజ యొక్క ఉత్కృష్ట రచనగా పరిగణింపబడుతుంది. ఈయన రచనలలో జీవనసమరం మరో ప్రముఖ రచన.తెలుగు రచనా ప్రపంచంలో వినూత్న సాహితీ ప్రక్రియకు శ్రీకారం చుట్టిన ఘనుడు. ఆడంబరాలులేని సాధారణ జీవితం ఆయనది. భరద్వాజకు దిగువ మధ్యతరగతి మరియు పేదప్రజల భాషపై గట్టిపట్టు ఉంది. ఒక బీదకుటుంబంలో జన్మించిన భరద్వాజ కేవలం ఉన్నత పాఠశాల స్థాయివరకే చదువుకున్నారు. ఆ తరువాత కాయకష్టం చేసే జీవితాన్ని ప్రారంభించారు. చిన్నతనంలో పొలాల్లో గడిపిన భరద్వాజ వ్యవసాయ కూలీల కఠినమైన జీవన పరిస్థితులను గమనించేవాడు. అప్పుడే పల్లెప్రజల భాష, యాస, ఆవేశాలు, ఆలోచనలు, కోపాలు, తాపాలు గమనించిన భరద్వాజ ఆ అనుభవాలను తర్వాతకాలంలో తన రచనలలో నిజమైన పల్లె వాతావరణాన్ని సృష్టించడానికి ఉపయోగించుకున్నారు. 'సాహితీవేత్త రావూరి భరద్వాజ ఏడో తరగతి వరకు మాత్రమే చదువుకున్నారు. కానీ ఎన్నో డాక్టరేట్లు ఆయనను వరించాయి.

1968,1983లలో రెండుసార్లు ఆయన రాష్ట్ర సాహిత్య అకాడమీ అవార్డును, కేంద్ర సాహిత్య అకాడమీ అవార్డులను అందుకున్నారు. ఆంధ్రా, నాగార్జున, జెఎన్‌టియు తదితర విశ్వవిద్యాలయాలు ఆయనకు డాక్టరేట్‌ను ప్రదానం చేశాయి. గోపీచంద్ అవార్డు, సోవియట్ ల్యాండ్ నెహ్రూ అవార్డు, భారతీయ భాషాపరిషత్ అవార్డు, రాష్ట్ర ప్రభుత్వం నుంచి కళారత్న పురస్కారంతో పాటు మరెన్నో పురస్కారాలు అందుకున్నారు. మృత్యువును కథాంశంగా తీసుకొని భరద్వాజ 1963లో నాటికను రాయగా అది ఆకాశవాణి విజయవాడ కేంద్రం నుండి "దేశ - కాల-పాత్రలు"

అనే పేరుతో ప్రసారం చేయబడింది. అప్పుడే చనిపోయిన ఒక మనిషి, గర్భస్థ శిశువు, ఆత్మ అనే పాత్రలు ఇందులో ఉన్నాయి. "ది క్లాక్" అనే ఆంగ్ల నాటిక ఆధారంగా భరద్వాజ ఈ నాటికను రచించారు. అనంతర కాలంలో "లోకాన్ని ఉద్దేశించి వ్రాసిన లేఖ" మొనలేని శిఖరం, భానుమతి, సద్య స్ఫూర్తి, కన్నీరు, ఇష్టసిద్ధి, అనే శ్రవ్యనాటికలను రాశారు. లోకాన్ని ఉద్దేశించి వ్రాసినలేఖ, మొనలేని శిబిరం రెండు నాటికల్లో మృత్యువే కథాంశం. ఈ రెండు నాటికలూ ఆకాశవాణి హైదరాబాద్ కేంద్రం నుండి ప్రసారమయ్యాయి.

భరద్వాజ రాసిన ఒక గొప్ప కథన రూపకం 'సశేషం'. సశేషాన్ని భరద్వాజ కథన రూపకం అని పేర్కొన్నారు. ఈ ప్రక్రియలో స్థల,కాలాలను రచయిత ముందుగానే పరిచయం చేస్తారు. తరువాత పాత్రలు ప్రవేశిస్తాయి. కథను కొంత నడిపాక నిష్క్రమిస్తాయి. ఈ స్థల, కాలాలను మనం విస్మరిస్తే కథాసూత్రం తెగిపోతుంది. పాత్రల మాటల్లో స్థల,కాలాల ప్రసక్తి ఎక్కువగా ఉండకపోవడం ఈ ప్రక్రియలోని విశేషం. సశేషంలో నటి,సూత్రధారుడు ప్రవేశించి పాత్రలు, స్థలాలను గూర్చి పరిచయం చేస్తారు. ఆ పరిచయంతో పాటు రచయిత, పాత్రలు చెప్పని అనేక విశేషాలను వివరిస్తారు. ఈ చరాచర జగత్తులో ఏదీ శాశ్వతం కాదు.. ఏదీ నిత్యమూ కాదు. ప్రతిదీ ఏదో ఒక నాటికి నశించి తీరవలసిందే. ఇలా పోవడాన్ని మృతి చెందడం అంటున్నారు. జీవించే అర్హత ఉన్న వారికే మరణించే అర్హత కూడా ఉంటుంది.

జీవితం అందరినీ సమానంగా చూస్తుంది. మంచి చెడ్డల తారతమ్యాలను మరణం ఇట్టే తేల్చివేస్తుంది. మరణమంటే మానవులందరూ భయపడతారు. సమస్త మానవకోటి భయపడుతుంది. మరణానంతరం ఇంతకంటే మంచి జీవితం ఉంటుందంటే నమ్మలేకపోతున్నారు. అలా ఉంటుందని వీరికి తెలియదు. స్వతహాగా మృత్యువు భయంకరమైనదికాదు. అదొక సహజ పరిణామం. కానీ అసహజమైన జీవితం మృత్యువును భయంకరంగా చిత్రించింది. మృత్యువు ద్వారా లభించే పరమానందాన్ని మానవులకు తెలియకుండా భగవంతుడు దాచి ఉంచాడు. ప్రతి జీవీ ఏదో ఒక క్షణాన మృత్యు సన్నిధిని చేరుకోక తప్పదు. అది తెలిసినా

తప్పుకోవడానికి ప్రయత్నించడం కన్నా హాస్యాస్పదం ఏముంటుంది. ఎందరెందరో బంధువులు, మిత్రులూ నీ ఇంటి కొచ్చినప్పుడు సంతోషంతో స్వాగతం చెబుతావు. అలాగే మృత్యువును కూడా మీ మిత్రుని లాగా ఎందుకు చూడలేకపోతున్నారు? ఎందుకు స్వాగతం చెప్పలేకపోతున్నారు? ఏదో ఒక నిర్థేశిత క్షణాన హితునిలాగానో.. అతిథిలాగానో.. ఆఖరికి శత్రువు లాగానో మృత్యువు నీ ఇంటికి రాక తప్పదు. మృత్యువు ఏ రూపంలో నీ ఇంటికి రావడమనేది మృత్యువు పట్ల నువ్వు అవలంబించే దృక్పథం మీద ఆధారపడి ఉంటుంది. మృత్యువు నీకు బంధువు. నీకు స్నేహితుడు. అనంతత్వమనే మహా సౌధంలోకి ప్రవేశించేందుకు మంచి వాకిలి వంటిది మృత్యువు. భగవంతుని సంసేవనంలో నిన్ను నిమగ్నం చేయడానికి మృత్యుభయాన్ని మించిన హెచ్చరిక మరొక్కటేదీలేదు. మరణం తుది నిద్ర కానేకాదు. అది తొట్టి తొలి మేలుకొలుపు మాత్రమే." అనే సందేశంతో భరద్వాజ వ్రాసిన కథన రూపకం 'సశేషం'.

ఈ రూపక రచనా నేపథ్యాన్ని భరద్వాజ ఈ విధంగా వివరించారు. "1977 మార్చి 20న గుండెపోటుకు గురై ఉస్మానియా ఆస్పత్రిలో ఉన్నాను. 1983 జనవరి 6న రెండవసారి గుండెపోటుకు గురై నిజాం ఆస్పత్రిలో ఉన్నాను. ఈ రెండు సందర్భాలలో నేను చూసిన వాటినీ, నా దినచర్య గ్రంథంలో పదిలంగా నమోదు చేసుకున్నాను" జీవితానికీ... మరణానికీ మధ్య చేతనకూ నిశ్చేతనకూ మధ్య జీవానికి నిర్జీవానికీ మధ్యగల సరిహద్దురేఖ సన్నగా ఉంటుంది. అయినా స్పష్టంగా ఉంటుంది. జీవించడం వేరు, మరణించడం వేరు. ఈ జీవన్మరణాల మధ్యగల సరిహద్దురేఖను ఇప్పటికి రెండు దఫాలు దర్శించి, స్పర్శించే అదృష్టం నాకు లభించింది. ఆ రేఖను దర్శించినప్పుడూ, స్పర్శించినప్పుడు నేను పొందిన అనుభూతులూ, నేనులోనైన సంవేదనలూ నాకిప్పటికీ స్పష్టంగా జ్ఞాపకమున్నాయి. ఈ అనుభవాలనూ - అనుభూతులను ప్రాతిపదికగా చేసుకొని ఏదన్నా వ్రాద్దామన్న ఆలోచన. బెజవాడ గోపాలరెడ్డి ఓ ఉత్తరం ద్వారా నన్ను పరామర్శించారు. ఆ ఉత్తరం నన్ను కదిలించింది. ఆ ఉత్తరం నా గురించి నాకు సరికొత్త భాష్యం చెప్పింది." ఆ ప్రేరణతో 'సశేషం' కథన రూపకాన్ని రాశాను.

"నా కోపం... ఆనందం.. నా విషాదం... నాతృప్తి.. ఆత్మ ఇవన్నీ నేను

కాదు" వీటి అన్నింటిని కలుపుకొని ఉన్నప్పుడూ నేను ఉన్నాను. వీటన్నింటినీ వదిలేసినప్పుడూ నేను ఉన్నాను", 'నేను' అనే అహాన్ని ఛిద్రం చేసినప్పుడు మిగిలే అనంతమైన శూన్యాన్ని భరద్వాజ 'సశేషం'లో గొప్పగా వివరించారు. ఈ పరమ సత్యాన్ని కథగా, సంభాషణగా, నాటకం లాంటికథగా, కథలాంటి నాటకంలా, కావ్యంలాంటి వాక్యంగా, శాస్త్రం గాని శాస్త్రంగా, తత్త్వంగాని తత్త్వంగా తనకు తోచిన రీతిని చెప్పాలనే తాపత్రయం 'సశేషం'లో కన్పిస్తుంది.

'జీవనసమరం'లో జీవితం కోసం జీవకోటి ఎదుర్కొనే పోరాటాన్ని కళ్లకు కట్టినట్లుగా తన రచనల్లో చూపించే భరద్వాజ 'సశేషం'లో జీవి ఆంతరంగికంగా అనుభవించే ఆరాటాన్ని ఆపాత మధురంగా అందరికీ అర్థమయ్యే పద్ధతిలో ఆత్మీయంగా అందించారు. ఈ తాత్విక చింతనను హృద్యంగా చిత్రించడానికి వినూత్న కథని శైలి ఎంతగానో ఉపకరించింది. ఇందులో ఒక్కొక్క చోట అనర్గళమైన కవితాధార జలపాతంలా దూకుతుంది. మరోచోట అహ్లాదమైన కథాగమనం గోచరిస్తుంది. మధ్య మధ్య హఠాత్తుగా వేదాంత చర్చ పుడుతుంది. ప్రాచ్య, పాశ్చాత్య వైద్య శాస్త్రమంతా ఒక్కొక్క చోట చీకటి గుహల్లో వెలుతురును చూపిస్తుంది. అన్నింటిలో ప్రాణవాయువుగా సంచరించే ఆత్మతత్వవిచారం 'సశేషం'లో రచయితను నిర్వచించి రచించే సత్వసారం. జీవితంలో మనం సాధించాలనుకొన్నది చివరకు మనకు కాకుండా పోతుండడం కళ్లారా చూసిన పాత్రలు మన దృష్టిని అంతర్ముఖం చేస్తాయి.

లోక, శోక వినాశం ద్వారా పరలోక పరమార్థాన్ని వివరించేందుకే 'సశేషం'లోని ప్రతి శబ్దం సార్థక్యాన్ని పొందింది. ఇలాంటి సమర్థపదవిధి భరద్వాజ పెన్నిధి. మరణానంతర జీవితంలోని చిరంతన రహస్యాలను పనసతొనల్లా విడమరచి చెప్పడంలో భరధ్వాజ ఆలోచనాలోచనం సార్థక్యం చెందింది. జన్మరాహిత్యం వంటి గంభీర విషయాన్ని ఇల్లు ఖాళీ చేసేటప్పుడు సామాను సర్దుకోవడం వంటి సామాన్య సంఘటనతో మేళవించి చెప్పడం భరద్వాజ కథా కథన కౌశలానికి ఒక చిన్న తార్కాణం. ఈ రచనలో మృత్యువు వెలిబుచ్చిన భావాలను షెర్లాక్, ట్రయాన్ ఎడ్వర్డ్స్, పుల్లర్‌బీ కాడ్వెల్, మిల్టన్ వంటి రచనలను భరద్వాజ స్ఫూర్తిగా స్వీకరించారు. సశేషం కథన రూపకాన్ని యస్.వి.ప్రసాద్ శ్రవ్యనాటకంగా అద్భుతంగా మలిచారు. ఈ

నాటకం ఆకాశవాణి హైదరాబాద్, నుండి పలుమార్లు ప్రసారమైంది. అమృతమూర్తి పాత్రను డాక్టర్ చాట్ల శ్రీరాములు అద్భుతంగా పోషించారు. డాక్టర్ రావూరి భరద్వాజకు జ్ఞానపీఠ్ పురస్కారాన్ని అలంకరించిన వెండితెరపై మెరిసే నటీమణుల జీవితాల చీకటి వెలుగుల్ని కలైడోస్కోప్‌లో చిత్రించిన గొప్ప నవల పాకుడురాళ్లు. ఈ నవలను మొదట శివరామరావు నాటకీకరణ చేయగా ఆకాశవాణి హైదరాబాద్ నుండి ప్రసారం చేయబడింది. అనంతరం ఇదే నవలను జీడిగుంట రామచంద్రమూర్తి నాటకీకరించి స్వీయ సమర్పణలో ఆకాశవాణి ద్వారా ప్రసారం చేశారు. ఈ నవలలో మంజరి పాత్రను శ్రీమతి శారదా శ్రీనివాసన్ అనితరసాధ్యంగా పోషించారు.

భరద్వాజ ఒక దశాబ్దికాలం ఆకాశవాణి హైదరాబాద్ కేంద్రంలో నిర్వాహకునిగా ఉద్యోగం చేశారు. శ్రవ్య మాధ్యమంపై ఆయనకు పట్టు అపారమైనది. ఈ నేపథ్యంలో శ్రవ్య నాటక రచనకు పెద్ద పీట వేశారు. దాదాపు మూడున్నరేళ్ళు మద్రాసులో ఉన్న ఆయన రచయిత ధనికొండ హనుమంతరావు సన్నిహితుడైన కొలను బ్రహ్మానందరావు నడిపిన 'చిత్రసీమ' అనే సినీ పత్రికలో పనిచేశారు. ఒక డైరీలో రోజువారీ అనుభవాలు రాసుకుంటూ సినిమా ప్రపంచాన్నీ, మనుషులనూ దగ్గర నుంచి చూస్తూ, డైరీలో రాసుకున్న అనుభవాలు, జ్ఞాపకాలతో కథ ఎందుకు రాయకూడదన్న ఆయన ఆలోచనే 'పాకుడురాళ్లు'.

'పాకుడురాళ్లు' శ్రవ్య నాటకాలు మైలురాళ్లుగా నిలిచాయి. జీవిత పాఠశాలలో అనుభవాలే ఉపాధ్యాయులుగా, హృదయ స్పందనలే ఆర్ద్రతగా రచన చేసిన భరద్వాజ నూటికి నూరుపాళ్లూ జ్ఞానపీఠ సుప్రతిష్టతకు అచ్చమైన అర్హుడు. జీవితాన్ని, అది కూడా సినిమా జీవితాన్ని కళ్ళకుకట్టినట్టు మనసుకు హత్తుకునేట్టు చెప్పిన ఒక అద్భుతమైన నవల పాకుడురాళ్లు. ఇది మన అచ్చ తెలుగు కథ. సినిమా అంటే మోజుతో కానివ్వండి, లేకపోతే సినిమాల వలన వచ్చే హోదా కోసం కానివ్వండి, అడుగు పెట్టి అవకాశాలు రాక వెనక్కి వెళ్ళలేక ఏమి చేయాలో తెలియని పరిస్థితులను బుర్రల్లోకి చాలా పదునుగా దింపేసారు రచయిత. ఎక్కడో గుంటూరు జిల్లాలోని వ్యభిచార కూపంలో కడుపు నింపుకోవడానికి గతిలేక పనిచేసే 'మంగమ్మ' అనే పదహారేళ్ళ పడుచు పిల్ల, సినిమా రంగాన్ని ఒక ఒక ఊపు ఊపేసి, శాసించగల

స్థాయికి ఎలా ఎదిగిందో వివరించే కథ. కథ అని అనడం కన్నా జీవకావ్యం అంటే సరిగ్గా సరిపోతుందనుకుంటా. సినిమా భాషలోనే చెప్పాలంటే హిరోయిన్ ఓరింటేషన్ సినిమా అనవచ్చు. ఈ మంజరి అనే పాత్ర చుట్టూతిరిగిన కథ 'న భూతో న భవిష్యతి' అన్నట్లు ఉంటుంది. ఈ కళాఖండానికి 2012 లో జ్ఞానపీఠ్ అవార్డు దక్కింది.

అనుభవాలు

చిత్తశుద్ధిగా నమ్మి రాసినవి కొన్ని అయితే బతకడం కోసం ఎన్నో రాశాను అని స్పష్టంగా చెప్తారు. ఉద్యోగ రీత్యా యజమానులు, పై అధికారులు కోరినవి, చెప్పినవి కూడా రాసేవారంట. రచన ప్రింటులో అనుకున్నంత రాలేదని ప్రచురణకర్త చెప్పినప్పుడు, రూపాయికి పేజీ వంతున రాసిన ఘట్టాలూ ఆయన జీవితంలో ఉన్నాయి. అంతరిక్ష ప్రయాణం ఇంకా తెలియని రోజుల్లో 1950-52 ప్రాంతంలో 'చిత్ర గ్రహణం' అంటూ స్పేస్ ట్రావెల్ మీద 'ఆంధ్రప్రభ'లో సీరియల్‌గా రాశారు. 'జయప్రళయం' అంటూ మరో పాపులర్ సైన్స్ రచన కూడా చేశారు.

చివరి చరణం

మరణించడానికి వారం రోజుల ముందే ఢిల్లీలో జరిగిన కార్యక్రమంలో ఆయన జ్ఞానపీఠ్ పురస్కారం అందుకున్నారు. వీల్ ఛేర్‌లో ఒక చేతిలో సెలైన్ బాటిల్ పట్టుకొని ఈ కార్యక్రమంలో పాల్గొన్న దృశ్యం పూర్తిగా చెరిగిపోకముందే.. ఆయన 2013 అక్టోబరు 18న సాహితీ లోకాన్ని వదిలిపెట్టారు. చాలా కాలం, అంటే రమారమి 25 సంవత్సరములు నాస్తికుడిగా ఉన్న ఆయన జీవితం అనేక మలుపులు తిరిగింది. జీవితమంతా, తెలుసుకుంటూ,తెలుసుకుంటూ ప్రయాణం సాగించాలి అనే వారు. అలా వారు రాసిన పుస్తకం 'తెలుసుకుంటూ, తెలుసుకుంటూ' అనే దాన్ని వారి అమ్మానాన్నలకు అంకితమిస్తూ, ఎంత వి(స)లక్షణముగా ఇలా చెప్పారు. "అవినీతికన్నా, అధర్మం కన్నా మించిన దరిద్రం మరోటి లేదు అని విశ్వసించి, ఆ పరంగా, సుసంపన్నంగా జీవించిన మా నాన్నకు తన కన్నీటిని

దాచుకొని, బాధితుల కన్నీటిని తుడవటమే జీవిత పరమార్థంగా భావించిన మా అమ్మకు తమ జీవితాశయాలనే పాఠాలుగా నాకు నేర్పినందుకు అంకితం".

(జ్ఞానపీఠ త్రయం సంకలనంలో)

నాటికి .. నేటికి.. స్ఫూర్తి .. 'అమ్మ'

"ప్రపంచ మానవాళి చరిత్రలో అతి గొప్ప సంఘటన 1917 అక్టోబర్ విప్లవం. భూతలంపై సమ సమాజం అనేది కలగా ఉన్నప్పుడు ఆ కలని సాకారం చేసిన విప్లవం అది. కాగా అక్టోబర్ విప్లవాని కంటే దశాబ్దం ముందే ప్రజల్ని, విప్లవకారుల్ని ప్రభావితం చేసిన గొప్ప రచన మాక్సిమ్ గోర్కి 'అమ్మ' నవల. మాక్సీమ్ గోర్కీ 'అమ్మ'ని చదివినవారు ఎవరయినా ఒకసారి తమ అమ్మకు ఆ నవల చదివి వినిపించాలనుకుంటారు. అంతటి ప్రభావవంతమైన నవల అది. గోర్కీ రష్యన్ భాషలో రచించిన 'అమ్మ'

నవల మొదట ఇంగ్లీషులోకి అనువాదమై 1906లో వెలువడింది. ఆ తర్వాతే 1907లో అంటే అక్టోబర్ విప్లవాని కంటే దశాబ్ద కాలం ముందే రష్యన్ భాషలో పుస్తకంగా వచ్చింది. వివిధ భాషల్లోకి అనువాదమై దేశదేశాలలో ప్రతి తరాన్ని ఉత్తేజితుల్ని చేసింది. ఈ నవలని క్రొవ్విడి లింగరాజు ఎంతో ఇష్టంగా, ప్రేమగా, శ్రద్ధగా తెలుగులోకి అనువాదం చేశారు. 'మదర్' పేరుతో ఉన్న ఈ నవలకు ఆయన 'అమ్మ' అనే పేరు పెట్టారు. అనంతరం ఎందరికో ఈ 'అమ్మ'- విప్లవాల ఉగ్గుపాలు పోసి కార్యోన్ముఖులను చేసింది. ఈ అనువాదానికి ఆయనకు సోవియట్ ల్యాండ్ నెహ్రూ అవార్డు లభించింది. ఈ పురస్కారాన్ని పొందిన తొలి తెలుగువాడు క్రొవ్విడి లింగరాజు.

'అమ్మ' నవల నేటికీ అనేకమందికి స్ఫూర్తిగా ఉంది. గోర్కీ 'అమ్మ' గొప్పతనాన్ని పరిచయం చేసి, తెలుగు సాహిత్య చరిత్రలో చిరస్థాయిగా నిలిచిపోయారు లింగరాజు. తెలుగు నాట ఎంతోమంది 'అమ్మ' నవల చదివి కమ్యూనిస్టులయ్యారు. సమాజంలో పీడితుల పక్షం వహించాలన్న ఆకాంక్షని, పట్టుదలని, ప్రేరణని అందించడంలో 'అమ్మ' నవల పాత్ర అమేయమైంది. 'అమ్మ' గొప్పతనం తెలుసుకోడం ద్వారా మానవీయ ప్రవర్తనని అలవరుచుకుంటారు. హృదయ సంస్కారంతో వ్యవహరించడం తెలుస్తుంది.

ప్రపంచ సాహిత్యక్షేత్రంలో గొప్ప రచయితగా నిలిచిన మాక్సిం గోర్కి రష్యా విప్లవానికి తన రచనల ద్వారా తోడూనీడై నిలిచాడు. అతిపేద కుటుంబం. బాల్యంలోనే తండ్రిని కోల్పోయాడు. తల్లి వేరొకర్ని వివాహం చేసుకున్నది. తొమ్మిదో ఏటే బుక్కెడు బువ్వ కోసం పరితపించాడు. తన సహచరులతో పెనుగులాడాడు. ఆయన బాల్యమంతా బందిఖానాల్లో మగ్గిపోయింది. పాత ఇనుప సామాన్లు, ఖాళీ సీసాలు, చిత్తుకాగితాల్ని ఏర్కొన్న ఒక స్లమ్ డాగ్ బిడ్డడు గోర్కి. అవాంతరాలన్నింటినీ ఎదుర్కొని కుటుంబానికి ఆసరాగా నిలిచాడు. తల్లే తొలి గురువైంది. ఆమె నేర్పిన అక్షరంతోనే గోర్కి లోకానికి దివిటై వెలుగు ప్రసరించాడు. 1901లో 'సాంగ్ ఆఫ్ ద స్టార్మీ పెట్రెల్' తుఫాను పిట్ట పాట ద్వారా సునామిలా దూసుకొచ్చాడు. ఆనాటి జార్‌ల పరిపాలనలో రష్యా సామ్రాజ్యంలో మెరిక లాంటి రచయితగా ఎదిగాడు. అనతి

కాలంలోనే ప్రపంచ సాహిత్య క్షేత్రంలోనే గొప్ప రచయితగా నిలిచాడు. రష్యా సామ్రాజ్యం, దాని ఏలికలు, పాలకుల పునాదులను పెకిలించగల రచనలను చేశాడు. గోర్కి మేధా సంపత్తి నుంచి పురుడుపోసుకున్న 'అమ్మ'(1906) నవల ద్వారా అన్నార్తులు, పేదలు, కడుబీదలు, కార్మికుల పక్షాన గొంతుకై ప్రభవించాడు.

ఇతను 1901లో రచించిన 'ఫోమా గార్డియన్' (ద మ్యాన్ హు వాస్ ఎ ఫ్రెండ్) రచన రష్యన్ సాహిత్యంలోనే కలికితురాయిగా నిలిచిపోయింది. ఆనాటి రష్యన్ సమాజంలోని బూర్జువాలు, భూస్వాముల వర్గ దృక్పథాన్ని యదార్థంగా చిత్రీకరించిన నవల ఇది. రష్యా సామ్రాజ్యమంతా గోర్కి ఐదేళ్లపాటు కాలినడకన కలియదిరిగి ఆనాటి పీడిత ప్రజల కడగండ్లని కళ్ళారా చూడటమే కాదు.. స్వయంగా అనుభవించాడు. అదే ఆయనను పీడితులు, శ్రామికుల పక్షమై నిలబెట్టింది. వారి తరపున అక్షరమై గర్జించాడు. అది రష్యన్ విప్లవానికి బీజం పడిన రోజులు కావడం, అమ్మ నవల అదే సమయంలో రావడం, ఉద్యమకారులకు, అనేకులకు ప్రేరణనిచ్చింది. ప్రపంచవ్యాప్తంగా కోట్లాది మందిని ఉత్తేజితులను చేసింది. అతని రచనల్లోని సూటిదనం, నిక్కచ్చితత్వం, వాస్తవికత యధార్థతను సంతరించుకొని నేటికి ఎందరికో స్ఫూర్తినిస్తున్నదంటే అతిశయోక్తి కాదు. వంద ఏళ్లయినా వన్నె తగ్గని రచన అది. నేటికీ సజీవమై మన సాహిత్యంలోనూ గుబాళిస్తున్నది.

పాశ్చాత్య సాహిత్య ప్రభావం ఆనాటి, మేటి ఉద్దండులైన మనకవులు, రచయితలపై చూపిన ప్రభావం అంతా ఇంతా కాదు. పాశ్చాత్యులైన గోర్కి, టాల్‌స్టాయ్, డికెన్స్ మొదలైన వారి రచనలు తెలుగు వారిపై చాలా ప్రభావాన్నే చూపాయి. 'అమ్మ' నవలలో అతి సాధారణ గృహిణి అమ్మ. భర్త అంటే భయం. ఇల్లు తప్ప మరేలోకం ఎరుగదు. ఆడ బతుకంటే ఇల్లు చూసుకోవడం, పిల్లల్ని కనే యంత్రంలా భావిస్తూ భర్త కొట్టినా, తిట్టినా భరిస్తూ, సహిస్తూ బతకటం తప్ప మరేమీ ఎరుగని పిచ్చిమాలోకం అమ్మ. అలాంటి అమ్మను గోర్కి ఉద్యమదారిలో నడిపించాడు. నలుగురి కోసం బతకడం, మార్పు కోసం తపించటం, సమాజంలోని వేళ్లూనుకున్న ఆర్థిక, సాంఘీక అసమానతల్ని రూపుమాపేందుకు త్యాగాలకు సిద్ధపడేలా అమ్మను అత్యున్నత

శిఖరాలకు చేర్చి ప్రపంచ సాహిత్యంలో 'అమ్మ' నవలను మకుటంగా నిలిపి గోర్కి చరితార్థుడయ్యాడు.

అంధకారమయమైన తన గత జీవితంలోని ఘట్టమొక్కటి అమ్మకు స్ఫూరణ కొచ్చింది. 'మూర్ఖులమై అంధకారయుతమైన జీవితంలో పడున్న మాలాటి వాళ్లకి కూడా అన్ని తెలుస్తాయి. కానీ, మా హృదయంలో... పైకి మాటల్లో చెప్పలేం. అంచేత మాకే సిగ్గేస్తుంది.../జీవితం నాలుగుమూల్నుంచి పోట్లు పొడుస్తుంది. ప్రాణం విశ్రాంతిని కోరుతుంది. కానీ, మా ఆలోచనలు విశ్రాంతినివ్వవు.' అంటాడు రచయిత మరోచోట. 'కార్మికులారా లేవండోయ్-సమరానికి లేవండోయ్'..అంటూ గీతాలాపన చేస్తాడు. 'మీరు దేనికి భయపడకండి. మీరు బతికే బతుకులకన్నా చానాకష్టమైనదింకేమీ ఉండదు...' అని అమ్మచే పలికిస్తాడు. 'రక్త సముద్రం కూడా సత్యాన్ని ముంచేయ్యలేదు' అని చివరగా అమ్మచే పలికిస్తాడు తన అభిప్రాయాన్ని గోర్కి.

గోర్కి అసలు పేరు అలెగ్జీ మాగ్జిమోవిచ్ పెష్కొవ్,1868 మార్చి 28న జన్మించారు. ఇతను1896లో పావలోనాను పెళ్ళాడిన తర్వాత క్లర్కుగా జీవితం ప్రారంభించి తీరిక సమయంలో కథలు రాయడం మొదలుపెట్టాడు. అట్లా తన సాహితీ ప్రస్థానం మొదలైంది. గోర్కి కథలు విశ్వ సాహితి విపణిలో గొప్ప కథలుగా ప్రసిద్ధి చెందాయి. మన సాంప్రదాయక కవులు, రచయితలు రచనలో శిల్పం శైలి, కథ వస్తువు ఇలా ఉండాలని, అలా ఉండాలని దిశానిర్దేశం చేస్తారు. కానీ, గోర్కి అట్లా కాకుండా తనదైన ఒరవడిలో శిల్పం, శైలి నిర్మాణం, భాషా సౌందర్యం, రసానుభూతుల జోలికి వెళ్ళలేదు. ఆనాటి సామాన్య జనం, శ్రామికులు, పేదలు దైనందిన దుర్భర జీవితాలను దర్పణం పట్టేలా చిత్రీకరించాడు. అందుకే అప్పట్లో అతని కథలు, నవలలు విశేష ఆదరణ పొందాయి. జార్‌చక్రవర్తులు, దోపిడీ భూస్వాముల మీద తిరుగుబాటు చేసేందుకు ఆ కథలు స్ఫూర్తినిచ్చాయి. అందుకేనేమో ఆనాటి జార్‌లు గోర్కి అన్నా, అతని సాహిత్యమన్నా జంకిపోయేవారు. అందుకే అమ్మ నవల రష్యాలో నిషేధానికి గురైంది. కానీ, అప్పటికే ప్రపంచవ్యాప్తంగా ఆంగ్ల మాధ్యమంలో పలువురు ప్రపంచ మేటి సాహితీకారులను, పాఠకులను ప్రభావితుల్ని చేసింది. వందేళ్ల కిందటి అతని రచనలు నేటికీ సజీవమై ఎక్కడైతే పీడితులు

ఉంటారో ఆ ప్రాంత ప్రజలకు అతని కథలు, నవలలు అద్దంపడుతాయి. గోర్కి మొదటి కథ 'మాకర్ చుద్ర' మొదలు క్లిమ్‌సామింగ్ వరకు అతని కథలల్లోని పాత్రల్లో స్త్రీలను సృజిస్తాడు. అతని మాటల్లోనే 'స్త్రీల యెడల నా చిత్తానికి మరీ ప్రత్యేకంగా వేదన కలిగించింది. పుస్తకాలు చదువుతుంటే జీవితం అంతటిలోనూ ఉత్తమోత్తమములో ఘనతరభావగర్భితమూ స్త్రీయే కదా అని భావించుకున్నా' అంటాడు. సాహిత్యంలో డికెన్స్‌ని, టాల్‌స్టాయ్‌ని ఇష్టపడే గోర్కి యధార్థ జీవిత సత్యాలు, సంఘటనలు, సంభాషణను తన రచనలలో చూపాడు. డికెన్స్ నుంచి స్ఫూర్తి పొందాడు.

పోరాటస్ఫూర్తిని ప్రోది చేయడమే కాదు, మనుషుల మధ్య మనిషిగా బతకడంలోని ఉదాత్తతని చెప్పే నవల ఇది. పుస్తకరూపంలో వచ్చి 120 ఏండ్లు దాటినా దాని ప్రాశస్త్యం చెక్కుచెదరలేదు. ఈ నవలను 80 ఏండ్ల కిందటనే బెర్టోల్ బ్రెక్ట్ నాటకంగా మలిచారు. ఈ నవల ఆధారంగా నాటకాలు రూపొందాయి. సినిమాలు వచ్చాయి. అమ్మ నవల గొప్పదనం రచనా సంవిధానంలోనూ, పాత్రల్ని రూపుగట్టించడంలోనూ ఉంది. అలాగే పాత్రల చైతన్యస్థాయి క్రమానుగతంగా పురివిప్పిన వైనాన్ని చిత్రించడంలో ఉంది. నవలలో పావెల్ ప్రధాన పాత్ర అయినప్పటికీ, అతని తల్లి ముఖ్యభూమికని పోషిస్తుంది. అందువల్లనే ఈ నవలకు 'అమ్మ' అన్న శీర్షిక పెట్టడం సముచితంగా ఉంది. విప్లవాల గురించి, పోరాటాల గురించి నవలలు, కథలు రాసే వారు నేర్చుకోవాల్సిన అంశాలు ఈ నవలలో అనేకం ఉన్నాయి. కవులు, రచయితలు ఈ నవలని ఒక పాఠ్యాంశంగా అధ్యయనం చేయాలి. తొలుదొలుత ఏ రాజకీయ చైతన్యం లేని పావెల్ తల్లి విప్లవ పోరాటంలో సంలీనమై ముందుకు సాగడం ఆకస్మికంగా జరగలేదు. ఆమె చైతన్యం పతాకస్థాయికి చేరుకోడానికి అవసరమైన సన్నివేశాలు, సంఘటనలు, వాటి మధ్యన సమన్వయంతో ఈ నవల పరిపూర్ణతని సాధించుకుంది. తద్వారా దశాబ్దాలు గడిచినా తరం నుంచి తరం ఈ నవలనించి స్ఫూర్తి పొందుతున్నది. కనుకనే ఈ నవలని తెలుగులోకి అనువాదం చేసిన క్రొవ్విడి లింగరాజును స్మరించుకోవాలి.

(నవంబర్, 2014 ప్రజాశక్తి స్నేహ)

దళిత ఉద్యమ వైతాళికుడు
కుసుమ ధర్మన్న

కుసుమ ధర్మన్న 1900లో రాజమండ్రిలోని లక్ష్మీవారపు పేటలో వ్యవసాయ కూలీలైన కుసుమ వీరాస్వామి, నాగమ్మ దంపతులకు జన్మించారు. ఆది ఆంధ్ర జూనియర్ ఎలిమెంటర్రీ స్కూలులో 5వ తరగతి వరకు తరువాత థర్డ్ ఫారం వరవు చదుకున్న కుసుమ ధర్మన్న ఆయుర్వేదంలో వైద్య విద్వాన్ పట్టా పొందారు. ఆయనకి తెలుగు, సంస్కృతం, ఆంగ్లం, హిందీ, ఉర్దూ భాషలలో ప్రావీణ్యముంది. చదువుకునే రోజుల్లోనే సంఘసంస్కరణ అభిలాష కలిగి కందుకూరి చేత ప్రభావితుడైనారు. ఇతడు

తన జాతి హీనత్వంతో అవమానంతో అమానుషంగా, అంటరానితనం, సామాజిక వివక్షలతో, బాధపడుతున్న దళితులను మరియు ఇతర అణగారిన వర్గాలను సంఘ-సంస్కరించాలనే దృక్పథంతో "హరిజన శతకాన్ని" రచించాడు. ఆనాటి దళిత ఉద్యమకారులైన భాగ్యరెడ్డి వర్మ లాంటి వారితో అనునిత్యం ఉండే సంబంధాలతో ఒక బలమైన రచయితగా ఎదగడం జరిగింది. ఈయన అంబేద్కర్ స్ఫూర్తి పొంది అంటరానితనాన్ని నిర్మూలించాలనే లక్ష్యంతో తపించిన తొలితరం కవి. ఇతడు గుడివాడ సేవాశ్రమం వ్యవస్థాపకుడు గూడూరి రామచంద్రరావు, సీతానగరం ఆశ్రమం, చాగల్లు ఆనందాశ్రమాలలో కొంతకాలం వుండి తన ఉద్యమస్ఫూర్తిని మెరుగుపరచుకున్నాడు.

"దళిత ఉద్యమ వైతాళికుడు కుసుమ ధర్మన్న కవీంద్రుడు" అనే పుస్తకంలో సివి అన్నట్లు ఈయన గురించిన సమాచారం తనవద్ద లేదని రాశాడు. 1921లో కుసుమ ధర్మన్న మాకొద్దీ నల్ల దొరతనము రాశారు. దళిత వర్గం నుంచి అతి కష్టంమీద చదువుకుని పైకొచ్చి, తిరిగి ఆ చదువును తన జాతి మేలు కోసం వెచ్చించిన అతికొద్ది మంది దళిత విద్యావంతుల్లో 'కుసుమ ధర్మన్న కవి' ఒకరు. దళితులు, బ్రిటిష్ పాలనలో కంటే, స్థానిక అగ్రవర్ణాల పాలనలో మరింత నలిగిపోతారని మొట్టమొదటగా చాటింది కుసుమ ధర్మన్నే. కాంగ్రెస్‌లో ఉంటూనే 'మాకొద్దీ నల్లదొరతనము' అంటూ గళం విప్పిన ధైర్యశాలి. రాజమండ్రి తాలూకా బోర్డుకు కాంగ్రెస్ పార్టీ తరపున సభ్యునిగా ఎన్నికై కూడా బోర్డు ప్రెసిడెంటు ఎన్నికలో ఆ పార్టీ అభ్యర్థికి వోటు వేయని స్వతంత్రుడు ఆయన.

ధర్మన్న అంబేద్కర్ ఆలోచనలతో ప్రభావితుడై విస్తృతంగా ప్రచారం చేశాడు. ఆంధ్రదేశానికి అంబేద్కరును తొలిగా పరిచయం చేసింది ఈయనే. అణగారిన జాతులకు గొంతుకనిస్తూ, అంబేద్కర్ భావాలను ప్రచారం చేయటానికి జయభేరి అనే పక్ష పత్రికను స్థాపించాడు. 1930వ దశకంలో కాంగ్రెసు పార్టీ చొరవతీసుకొని హరిజన సేవా సంఘం యొక్క ఆంధ్ర విభాగాన్ని ప్రారంభించింది. గాంధీ అంటరాని కులాల ప్రజలకు హరిజనులు అని పేరుపెట్టడంతో అది ప్రాచుర్యం పొందింది. క్రమేణా ఆది ఆంధ్ర నాయకులంతా కాంగ్రెసు స్థాపించిన హరిజన సేవా సంఘంలో

భాగమైనా కుసుమ ధర్మన్న వంటి కట్టుబడిన నాయకులు మాత్రం దాన్ని వ్యతిరేకించారు. నిమ్న జాతుల అభివృద్ధి విషయంలో గాంధీ ఆశయాలను నమ్మి గౌరవించినా, ఆచరణలో లోపాలను ధర్మన్న సహించలేదు. గాంధీ యొక్క ఆంధ్ర రాష్ట్ర పర్యటనలో భాగంగా రాజమండ్రి వచ్చి హరిజన నాయకులతో సమావేశం నిర్వహించిన సందర్భంలో, ధర్మన్న ఆ సమావేశాన్ని బహిష్కరించాడు. 'హరిజన నాయకులైతే మా పేటలకు వచ్చి యిక్కడ మాట్లాడాలని' కబురుపెట్టి గాంధీని, ఇతర కాంగ్రెస్ నాయకులను తమ పేటకు రప్పించి, ఆతిథ్యమిచ్చి దళితుల ఆత్మగౌరవాన్ని చాటాడు.

దళిత చైతన్యం కోసం ధర్మన్న పడిన తపన ఈయన 1933లో వ్రాసిన హరిజనశతకంలో చూడవచ్చు. "ఆత్మ గౌరవంబు నలరంగ చాటరా" అని ఉద్బోధించిన ధర్మన్న కవి వర్ణధర్మం పేరిట భారతీయ సమాజంలో నెలకొని ఉన్న హెచ్చు తగ్గులను నిరసించిన జాతీయ వాది. సమకాలికులు ఆయనను 'ఆది ఆంధ్ర కవి సార్వభౌమ'గా పేర్కొన్నారు. 1936లో విజయనగరంలో జరిగిన ఆది ఆంధ్రమహాసభ సమావేశానికి కుసుమ ధర్మన్న అధ్యక్షత వహించి అధ్యక్ష ప్రసంగం చేస్తూ సామ్యవాదాన్ని సహించని హిందూమతం అనే శీర్షికన ప్రసంగం వెలువరించాడు. ఈయన నిమ్నజాతి విముక్తి తరంగిణి, వాళ్ళు అంటరాని వాళ్లా, హరిజన చరిత్ర మొదలైన రచనలు చేశాడు.

కుసుమ ధర్మన్న పుట్టిన తేదీ విషయంలో భేదాభిప్రాయలున్నాయనీ, కొంతమంది ఆయన 1894లో పుట్టి, 1948 వరకు జీవించినట్లు పేర్కొనగా, మరికొంతమంది 1900లో పుట్టి 1946 వరకు జీవించినట్లు పేర్కొంటున్నారు. దీనికి చరిత్రకారులు దళిత సాహితీవేత్తలను విస్మరించడం ఒక ప్రధాన కారణం. దీనితో పాటు ఆయన చేస్తున్న కార్యక్రమాల పట్ల ఆధిపత్య అగ్రవర్ణాల వారు ఆయన గృహాన్ని దహనం చేయడం వల్ల బహుశా ఆయన రచనలు కూడా కోల్పోయి ఉండవచ్చునన్నారు. తాను చదువుకున్నది తక్కువే అయినప్పటికీ తన జీవితానుభవంలో కులం వల్ల ఎదుర్కొంటున్న అవమానాలను, వాటికి కారణమైన వాటిని గుర్తించడం వల్లనే సంఘసంస్కరణకు పూనుకున్నారని వ్యాఖ్యానించారు. తన జీవిక కోసం

ఆయుర్వేద వైద్యునిగా పనిచేస్తూనే, మరొక వైపు తన జాతి అభ్యున్నతికి కృషిచేయడంలో భాగంగానే జయభేరి వంటి పత్రికను కొన్నాళ్ళపాటు ప్రచురించారు. కుసుమ ధర్మన్న భావజాలంలో వివిధ పరిణామాలు కనిపిస్తాయని, ఆయనపై గాంధీజీ ప్రభావం అత్యధికంగా ఉందనీ, అందువల్లనే తన కుమారులకు గాంధీజీ పేరు కలిసి వచ్చేటట్లు కూడా పెట్టుకున్నారని వివరించారు. గాంధీజీ సంస్కరణోద్యమ ప్రభావంతో పాటు అప్పటికి బలంగా ఉన్న జస్టీస్ పార్టీ ప్రభావం, దానితో పాటు మద్రాసులో జరిగిన ఆది ద్రావిడ ఉద్యమం ప్రభావం కుసుమ ధర్మన్నలో కనిపిస్తుందన్నారు. అందువల్లనే దళితులు ఈ దేశ మూలవాసులనే స్పృహతో ఆదిఆంధ్ర ఉద్యమానికి నాయకత్వం వహించారని, తర్వాత కాలంలో అంబేద్కర్‌తో సంబంధాలు ఏర్పడ్డాయని వివరించారు. అయినప్పటికీ, కుసుమ ధర్మన్నలో హిందూ మతంలో భాగంగా భావించే వాల్మీకి, వేదవ్యాసుడు, అరుంధతి మొదలైనవారు తమవారనే ఆలోచనలు ఆయన రచనల్లో కనిపిస్తాయి.

'మాకొద్దీ నల్లదొరతనం'అంటూ గర్జించిన కుసుమ ధర్మన్న కవీంద్రుని గేయ సంపుటి నేటికీ చిరస్మరణీయం. ఇందులోని ప్రతి కవితలో దళితుల ఆక్రందన, ఆవేదన వ్యక్తమవుతాయి. ఎందుకు మమ్మల్ని అస్పృశ్యులుగా చూస్తున్నారు? వెలివేస్తున్నారు? దూరం పెడుతున్నారు? ఏం పాపం చేసింది మా జాతి? అంటూ ప్రశ్నించిన తీరు ఆ కాలానికే కాదు ఈ కాలానికీ సరిపోతుంది.

నాడు విద్యావంతులైన దళితులనే కాదు, దళితేతర ప్రజాస్వామిక వాదుల్ని కూడా ఆలోచింపచేసింది. ప్రముఖ రచయిత సివి దృష్టిలో- ధర్మన్న కవి తొలి తెలుగు ప్రజా వాగ్గేయకారుడు. దళిత ఉద్యమ వైతాళికుడుగా మరికొందరు ఆయన్ను గురించి అభివర్ణించారు. కాని తెలుగు సాహిత్య చరిత్రలో ఆయన పేరు వినిపించదు. సాహిత్యరంగంలో సైతం వివక్ష ఉందనడానికిది నిదర్శనం. ఇంతటి గొప్ప కవి, సంస్కర్త, పోరాటయోధుడి గురించి తాజాగా వెలువడిన గ్రంథాలు అపార సమాచారాన్ని అందిస్తున్నాయి. వీటితో పాటు హరిజన శతకం, నిమ్నజాతుల విముక్తి తరంగిణి, మద్యపాన నిషేధం, అసుర పురాణం వంటి ప్రసిద్ధ గ్రంథాలను కూడా రాశారు. జయభేరి పత్రికకు సంపాదకులు కూడా. ఆనాడు తెలుగు గడ్డ మీద

చదువుకొన్న అతి కొద్ది మంది దళితుల్లో ధర్మన్న కవి ఒకరు. చిన్నతనం నుండే తాను ఎదుర్కొన్న వివక్షతను, అనుభవించిన అవమానాలను స్వీయానుభవంతో వర్ణించి రచించిన కవితలివి. అంబేద్కర్ భావజాలంతో ప్రభావితుడై, తెలుగు గడ్డ మీద ప్రచారం చేసిన తొలి మేధావి.

స్వాతంత్ర్యోద్యమంలో భాగస్వామయ్యాడు. విద్యార్థి దశలోనే ఖద్దరు ధరించి గాంధీ శిష్యుడనిపించుకున్నారు. అయినా సామాజిక సమస్యలపై కాంగ్రెస్ నాయకులతోనే ఘర్షణపడ్డారు. అప్పటి తెల్లదొరలు (బ్రిటిష్‌వారు) దేశాన్ని పీడిస్తున్నా దళితుల పట్ల అంటరానితనం పాటించలేదు. పైగా వారిని తమ దేవాలయాలైన చర్చిలలోకి ఆహ్వానించారు, వారిని మనుషులుగా చూశారు. కాని వారికి వ్యతిరేకంగా పోరాడుతున్న స్వాతంత్ర్యోద్యమ నాయకులు, అగ్రకుల భూస్వామ్య పెత్తందారీ కుటుంబాల నుంచి వచ్చినవారు దళితులని అణగదొక్కుతున్నారు. తెల్లదొరలైన బ్రిటీష్‌వారు వెళ్లిపోయి ఈ నల్లదొరలు అధికారంలోకి వస్తే.. దళితుల నెత్తిమీద కూర్చొని మరింతగా అణగదొక్కుతారు. వాళ్లకు స్వేచ్ఛనివ్వరు. కట్టడి చేస్తారు. 'అందుకే అలాంటి పెత్తందారుల పెత్తనం మాకొద్దు. సమసమాజ భావనతో మనిషిని మనిషిగా గౌరవించే సమాజం మాకు కావాలి' అంటూ నినదించారు ధర్మన్న కవి.

1930వ దశకంలో గాంధీ హరిజన సమస్యపై మాట్లాడటానికి రాజమండ్రి వచ్చి నాయకులందరినీ కూడగట్టారు. అప్పటికే ధర్మన్న కవి రాజమండ్రి కాంగ్రెస్ కమిటీ సభ్యులు. అయినా ఆయన ఆ సభకు వెళ్లలేదు. 'నువ్వు నిజంగా హరిజన సమస్య గురించే వస్తే మా దగ్గరికి వచ్చి మాట్లాడాలని' గాంధీకి లేఖ రాసి తమ వద్దకు రప్పించుకున్నారు కూడా. అదీ ధర్మన్న పట్టుదల. అలా ధర్మన్న కవి తన రచనల ద్వారానే కాక రాజకీయంగా కూడా వివక్షకు వ్యతిరేకంగా సమానత్వం కోసం పోరాటం సాగించారు. అప్పటికి రాష్ట్రంలో కమ్యూనిస్టు ఉద్యమం ప్రవేశించనే లేదు. కాని సామ్యవాద భావాల ప్రభావం ఆయనపై కూడా ఉందనడానికి ఆయన రచనలే సాక్ష్యం.

కుసుమ ధర్మన్న రచనలు

నిమ్నజాతి ముక్తి తరంగిణి 1921, మాకొద్దీ నల్ల దొరతనము 1921, మాల వాంఁడ్ర పాట, నిమ్నజాతుల ఉత్పత్తి 1924, మద్యపాన నిషేధం 1930, అసుర పురాణము, అంటరానివాళ్ళా!, మాల కాకి, స్వస్థ వృత్తము, హరిజన శతకము 1933 ఇలా మూడువందలకు పైగా పుస్తకాలు రచించినట్లు పరిశోధకుల అభిప్రాయం. జాతీయోద్యమ కాలంలో వర్గాధిపత్యాన్ని ఎదిరించే వాళ్ళు కులాధిపత్యాన్ని ఎదిరించే వాళ్ళు తమ గొంతుల్ని తమ అస్తితాత్వాన్ని ఆనాడే ప్రకటించారు. కులాధిపత్యం, మతోన్మాదం, వర్గాధిపత్యం పునాదులన్నీ ఒక పాదులోనే ఉండడం వల్ల ఎదిరించే శక్తులు కూడా మిత్రుత్వానే కలిగి ఉన్నాయి. కుసుమ ధర్మన్న దళిత అస్తిత్వ సాహిత్యాన్ని జాతీయోద్యమ కాలంలో ఉక్కు కంఠంతో వినిపించినవాడు. ఈనాటి దళిత కవులకు స్ఫూర్తి కుసుమ ధర్మన్న.

మాకొద్దీ నల్లదొరతనము దేవా!
మాకొద్దీ నల్లదొరతనము...
మాకు పదిమందితోపాటు పరువు గలుగకయున్న
మాకొద్దీ నల్లదొరతనము

(తెలుగెత్తి జైకొట్టు సంకలనంలో)

అగ్నివీణ అనిశెట్టి

మాట మృదువు, స్వభావం కోమలం, సున్నిత మనస్కులు, మాటలు సమోహనాస్త్రాలు, విమర్శ ఆలోచనాత్మకం, సిద్ధాంత చర్చల్లో మితభాషితం - కలబోసిన కమనీయ వ్యక్తిత్వం వెరసి - అభ్యుదయ కవి, నాటకకర్త, చిత్ర రచయిత, సంపాదకుడిగా తనదైన ప్రతిభా కౌశలాల్ని ప్రదర్శించిన సామాన్యుడు అనిశెట్టి సుబ్బారావు.

జీవితం - సాహిత్యం

అనిశెట్టి 1922 అక్టోబర్ 23న గుంటూరు జిల్లా నరసరావుపేటలో జన్మించారు. ప్రముఖ కవి నాయిని సుబ్బారావు శిష్యులైన అనిశెట్టి కుందుర్తి, రెంటాలలకు సహచర్యుడు. భావకవిత్వోద్యమం నుంచి బయటపడి అభ్యుదయ యుగంలోని అప్రయత్నంగా కవులు, కలాలు ప్రవేశం చేస్తున్న కాలమది. నవకవులు రానున్న అభ్యుదయ సాహిత్యోద్యమాన్ని ముందుగానే పసిగట్టి, ఆ ధోరణిలోనే కవిత్వం వెల్లువగా వస్తున్న రోజులవి. ఆ ప్రస్థానంలో 'ప్రతి ఒకడు శివుడు నేడు' అనే నవకవుల కూటమిలో 'కలిమిలేమి సమరంలో కాలం ఎర్రబడిందన్న గుర్తింపుతో', 'తాడిత భూ వదనంపై నీడ నిష్క్రమించిందని' కీర్తించిన వారు అభ్యుదయ కవి భాస్కరుడు అనిశెట్టి సుబ్బారావు. ప్రముఖ కవి నారాయణబాబుతో మద్రాసులో కలిసి ఉండడంతో నారాయణబాబు కవితలను కొన్ని సేకరించి 'కల్పన' నవ్య కవితా సంకలనంలో చేర్చి ఆరు దశాబ్దాల క్రితమే అనిశెట్టి వారు ప్రచురించారు. ఉత్తరోత్తరా 'రుధిరజ్యోతిర్దర్శనం' అనే గ్రంథం వ్రాశారు.

'నవ్యకళా పరిషత్తు'ని నరసరావుపేటలో ప్రారంభించిన వారిలో అనిశెట్టి ఒకరు. దానికి ఆయన కార్యదర్శిగా కూడా పనిచేశారు. ఈ పరిషత్తే 'నయాగరా' కావ్య సంకలన ప్రచురణ చేసింది. అయితే, అందులో అనిశెట్టి కవితలు లేవు. అభ్యుదయ కవుల్లో అనిశెట్టి వేరు. అనుభూతి ప్రధానం, సున్నితమైన కూర్పులతో ఎక్కువగా భావ సౌకుమార్యంతో, కవిత్వం నిండడంతో, అభ్యుదయ కవేనా అనే సందేహాలు రావడం సహజం. అయితే, అభ్యుదయ కవిత్వం మాట చెలామణిలోకి రాని రోజులనుంచీ అనిశెట్టి ప్రగతివాద దృక్పథంతో కవితలు రాసేవారు. ఆ ధోరణి కవిత్వాన్ని అతి నవ్య కవిత్వం అని పిలుచుకునేవారు. నూతన ఫక్కీలో రచనలు చేస్తున్న అనిశెట్టికి భావకవిత్వ పరిచయాభినివేశాలతో, నాయని, కోలవెన్ను, అడవిబాపిరాజు, బెల్లంకొండ మొదలైన సాహితీపరుల సహచర్యం వల్ల అభిరుచులు అతినవ్య కవిత్వం వైపు మళ్ళాయి అనడంలో సందేహం లేదు. అనిశెట్టి ఎక్కడుంటే అక్కడ యువ సాహితీ పరులతోనే గడిపేవారు. తనచుట్టూ వాళ్ళను కలుపుకొంటాడు – అని ఆరుద్ర చెప్పారు. ఆరుద్ర త్వమేవాహమ్‌కు అనిశెట్టి, అతని మిత్రబృందం

దానికి తొలి శ్రోతలు అని కూడా ఆరుద్ర సమగ్రాంధ్ర సాహిత్యం - నాల్గవ సంపుటంలో - చాయలు - పాయలు అన్న వ్యాసంలో ప్రస్తావించారు. అనిశెట్టి తన కవితా సంకలనం 'అగ్నివీణ' అని నారాయణబాబు పెట్టిన పేరుతో 'జ్వాలాతోరణం', 'శాసనాలు', మాతృసంగీతం' అన్న విభాగాలతో 1949లో ప్రచురణ జరిగింది. ఈ గ్రంథాన్ని ఆవంత్స సోమసుందరం విపులమైన విమర్శ వ్రాసి, అనిశెట్టి అభ్యుదయ కవే అన్న సమాధానంతో తీర్మానించారు. పిలకా గణపతి శాస్త్రిగారు 'అమ్మా మాదాకబళం తల్లి' అనే ఒక గీతికను రాస్తే, ఆ రోజుల్లో అనిశెట్టి 'బిచ్చగాళ్ళ పదాలు' అనే చిన్న పుస్తకంలో హృదయాన్ని ద్రవింపజేసే గేయాలు రాశారు. ఒక బిచ్చగత్తె దీనాలాపాన్ని ఆమె మాటల్లో వినిపించారు. గుండె తడబడినదీ, గొంతు తడుపమ్మా! లాంటి గీతాలు చాలా ప్రాచుర్యం పొందాయి. అనిశెట్టి బిచ్చగాళ్ళ పదాలు కూడా ఉత్తమ కవితలుగా నిలిచిపోతాయి. తిరుగుబాటు ధోరణి అవసరమైనప్పుడు ఆయా పాత్రలతో కాకుండా తనే స్వయంగా చెప్పడం కనబడుతుంది.

అనిశెట్టి 'స్వీయచరిత్ర' అనే కవితలో - 'మానవత్వ సూత్రాలు మననం చెయ్యడంకంటే మందహాసంలో మంచితనం పంచిపెడితే చాలు' విగ్రహంలా వెయ్యేళ్ళు బతకడం కన్నా విద్యుత్తులా ఒక్కక్షణం వెలగడం మేలు. కంటికి కనిపించని సత్యం మనస్సులో గోచరిస్తుందని మనస్సుకు స్ఫురించాలిజ స్వప్నంలో సాక్షాత్కరిస్తుందని స్వప్నాలకందని సత్యం మానవాంతరాత్మలో మౌన సంగీతం ఆలపిస్తుందని ఆలకిస్తున్నాను, అర్థం చేసుకుంటున్నాను. తన తత్వాన్ని విస్పష్టం చేస్తూ - తన యౌవనంలో ప్రచండావేషాల ఊయలపై ప్రతిక్షణం స్వారీ చేస్తూ, విశ్వాన్ని వెక్కిరిస్తూ, వెర్రిగర్వంతో విర్రవీగాడు అయితే విపరీతమీ యౌవనం, వేకువ రాకముందే వెళ్ళిపోయింది అని తెలుసుకొన్నాడు, వేకువరాగానే. నాలోని మృత్యువును బంధించి మారణాయధంలో చేర్చాను నాలోని ప్రాణశక్తి విజృంభించి ప్రచండ జీవనోద్వేగంగా మార్చును. అనిశెట్టి జీవన మహాయాత్రా పథంలో సర్వం సాధనకై ధారపోశాడు. తప్పొప్పుల పట్టికలా తయారైన బ్రతుకును ధర్మానుగుణంగా సరిదిద్దుకున్నాడు. నడుస్తున్నాను - నడిదారిలో వాహనం ఈ దేహం కూలినా

కడవరకూ ప్రయాణం సాగిస్తాను ప్రభంజనంలా పయనించే జనం నలుగడ ప్రతిక్షణం ప్రతికణంలోనూ మనుగడ ఇది నా స్వీయచరిత్ర ఇది ప్రతి ఆత్మచరిత్ర. 'నేను సైతం విశ్వవృష్టికి అశ్రువొక్కటి ధారపోశాను' అన్న కవితతో అభ్యుదయ సాహిత్యం ప్రారంభమైతే - 'వీడని కలకాల వేదనకు విశ్వం విడిచే కన్నీటి బొట్లు నేనౌతాను' అని అన్న అనిశెట్టి అభ్యుదయకవే కదా.

అనిశెట్టి సుబ్బారావు బహుముఖ ప్రజ్ఞతో సాహితీ ప్రక్రియలన్నింటిని స్పృశించారు. కవిత్వం, కథానికలు, నాటకాలు, నాటికలు,రేడియో నాటికలు, వ్యాసాలు, అనువాదాలు, సినిమా సాహిత్యం వంటి ప్రక్రియలన్నింటిని వాటిని సుసంపన్నం చేశారు. అభ్యుదయ కవిగా 'అగ్నివీణ', 'బిచ్చగాళ్ళ పదాలు' కవితా సంపుటులు వెలువరించారు. నాటకకర్తగా సామాజిక సమస్యలపై 'గాలిమేడలు', 'మావూరు' నాటకాలు రాశారు. మధ్యతరగతి మందహాసాన్ని చిత్రించే నాటకం గాలిమేడలు అయితే, గ్రామీణ కుటిల రాజకీయ సంక్షోభానికి అద్దం పట్టే విధంగా మావూరు పేరుతో 8 నాటికలు రాశారు. వాటిని మూడు రకాలై విభజన కూడా చేశారు. వాటిలో శాంతిలేదు, చెప్పుక్రింద పూలు,బ్రతుకు భయం నాటికలను సమస్యాత్మక నాటికలుగా, జీవన సంగీతం,చరమాంకం నాటికలు మధుర జీవన స్వాప్నికతలుగా, శాంతి, ఓటెవరికి,రిక్షావాలా వంటి నాటికలు మూకాభినయాలు గా విభజించారు.

రేడియో నాటికలు : 1.ప్రతిష్ట 2.యుగధర్మం 3.జగత్ సంసారం 4.విశ్వాసం 5.ఏక కుటుంబం 6. జట్కావాలా 7.జీవితం-పోరాటం 8.ధర్మం 9.బ్రతుకుభారం 10.జీవనోత్సవం 11.శాంతి సంగీతం 12.అవినీతి నీవెక్కడ? వంటి రేడియో నాటికలు రాశారు.

కవిగా కన్నా నాటకకర్తగా అందులోనూ ప్రయోగాత్మక నాటక రచయితగా ప్రసిద్ధి చెందారు. ఆంగ్ల సాహిత్యాన్ని మధించిన అనిశెట్టి గాలిమేడలు నాటకంలో తొలిసారిగా ఫ్రాయిడ్ మనోవిశ్లేషణ సిద్ధాంతాన్ని ప్రయోగించడంతోపాటు ప్రేక్షకుల నుండి పాత్రలను ప్రవేశపెట్టే విన్నూత ప్రక్రియకు ఆధ్యుడయ్యాడు. మావూరు నాటకంలో విశిష్టమైన అనన్యమైన టెక్నిక్ చూడగలమని విమర్శకులు ప్రశంసించారు.

మద్రాసులో 1953 ఫిబ్రవరి 8 నుండి 19 వరకు జరిగిన అంతర్జాతీయ ఫిలిం ప్రదర్శనల్లో శాంతి నాటకం సోవియట్ ప్రతినిధి వర్గం ఎదుట ప్రదర్శించబడి వారి హర్షామోదాలు పొందింది. వారి సిఫారసు మేరకు సోవియట్ ఫిలిం సంస్థ రష్యాలో వేలాది ప్రదర్శనలు అవకాశం కల్గింది. దానితో పాటు శాంతి నాటకం తమిళ,కన్నడ,మళయాళ భాషల్లోకి అనువదించబడి,చైనా,ఇంగ్లీషు భాషల్లోకి కూడా అనువదింపబడి ఎన్నో ప్రదర్శనలకు నోచుకుంది. దానితో అనిశెట్టి అంతర్జాతీయ రచయితగా గుర్తింపు పొందారు.

1955 జనరల్ ఎన్నికల సందర్భంగా కమ్యూనిస్టు పార్టీ ప్రచారం నిమిత్తం 'ఓటెవరికి?' మూకాభినయం రూపొందిస్తే మద్రాసు ప్రజానాట్యమండలి వారు ఆంధ్రదేశంలో పదిరోజుల పాటు ప్రదర్శనలు ఇచ్చారు. కమ్యూనిస్టు పార్టీ అభ్యర్థుల విజయానికి దోహదపడింది. కమ్యూనిజం పునాదిపై ఏర్పడ్డ సామ్యవాద మానవతావాదంలో ఈ క్రింది లక్షణాలు గమనించవచ్చు.

1. పీడిత మానవ సానుభూతి
2. శ్రామిక జనసంక్షేమం
3. సామ్యవాద మానవాభ్యుదయం

ఈ లక్షణాలు మెండుగా కల్లిన అభ్యుదయ కవుల్లో అనిశెట్టి ముందు వరుసలో ఉంటారు.

రిక్షావాలా నృత్యమూకాభినయంలో నగర జీవిత నిరసన వ్యక్తమౌతుంది. రిక్షా కార్మికుడు సమాజంలో నెలకొన్న పీడితుడు ప్రభావం వల్ల, పారిశ్రామికీకరణ వల్ల బ్రతుకుదెరుకు గత్యంతరం లేక బస్తీకి వలస వచ్చాడు.

"గడపలో గౌరవం
కడుపులో కరువు
గతిలేక వెతికావు
బస్తీకి తెరువు"

పీడితపక్ష సానుభూతి – అనిశెట్టి సమాజంలో పీడితుడైన రిక్షావాలాకి సంఘీభావం తెలుపుతూ

"ఇంటిబాధ పీడగా / నీవెంటనంటి వచ్చిన
గుండెలోన శూలాలై / కోరికలే గుచ్చిన
పిలిటే ఈ నరులందరి / బాడుగలే మోస్తావా!
బలిసిన ఈ నగరానికి ఊడిగమే చేస్తావా!"

లాంటి చరణాలు చూస్తే అనిశెట్టి అభ్యుదయవాది అనేది స్పష్టం అవుతుంది.

సినీ రంగ ప్రస్థానం

1952లో రచయితగా తెలుగు సినీరంగంలో అడుగుపెట్టాడు. సూర్యంగారి ప్రోత్సాహతో గోపిచంద్ దర్శకత్వం వహించిన "ప్రియురాలు" చిత్రానికి 15 పాటలు రాశారు. సుబ్బారావు, మహాకవి శ్రీశ్రీకి బాగా సన్నిహితుడు. సుబ్బారావు మరణించిన తర్వాత మద్రాసులో సంతాప సభలో శ్రీశ్రీ 'నాకు అనిశెట్టి, ఆరుద్ర అ-ఆ' లాంటివారు. అ-పోయింది. ఆ- మిగిలింది' అని చెప్పి క్లుప్తంగా తమ అనుబంధాన్ని తెలిపి ముగించాడు. అనిశెట్టి పుట్టింది ఆగర్భ శ్రీమంతుల ఇంట్లోనే గాని అతడు తన చుట్టూ వున్న ఆగర్భ దరిద్రుల ఆర్తనాదాలనే విన్నాడు. తండ్రి కోటలింగం కోటికి పడగెత్తగల శ్రీమంతులు. నరసరావుపేటలోనూ, చిలకలూరిపేటలోనూ ఆయిల్ మిల్లులు, ఇరవై లారీలు ఉండేవి. తండ్రి మిల్లులోని పనివాళ్ళు ఒకసారి సమ్మె చేస్తే అనిశెట్టి ఆ కార్మికుల పక్షమే వహించి తండ్రికి కోపం తెప్పించాడు. 1941 నాటికి గుంటూరు హిందూ కళాశాలలో బి.ఎ. పట్టా పుచ్చుకొన్న అనిశెట్టిని అతని తండ్రి 'లా' చదవడానికి మద్రాసు పంపించారు. ఆయన సినీమాలవైపు వెళ్లాడు. అనిశెట్టి మొత్తం 48 చిత్రాలకు పాటలు రాశారు. కొన్ని చిత్రాలకు సంభాషణలు కూడా రాశారు. 300 డబ్బింగ్ సినిమాలకు కథ, మాటలు, పాటలు రాశారు. డబ్బింగ్ సినిమాల నిపుణుడిగా పేరుగాంచారు.

కార్మిక విజయం సినిమా కోసం 'లోకమునే అల్లుకున్న … పద పదవోయ్ వేగ పద పదవోయ్' వంటి గీతాలు, సర్వర్ సుందరం సినిమాకి పాటలతో సంభాషణలుకూడా రాశారు. 'కసి కసిలే ఒక కన్నె పడుచై ఇలలోనే దివి వెలియించే' ,'నవయువతి చక్కని ప్రియ నవ యువతి' వంటి పాటలు రాశారు.

భట్టి విక్రమార్క సినిమాకు సంభాషణ కూడా రాశారు. రక్తసంబంధం

సినిమాలో 'రక్తసంబంధం ఇదే రక్తసంబంధం హృదయాలను కలిపేది కలకాలం నిలిచేది నిజమైన జన్మ బంధం', 'చందురుని మించు అందమొలికించు ముద్దు పాపాయివే నిను కన్న వారింట కష్టముల నీడ కరిగి పోయేనులే', 'బంగారు బొమ్మ రావేమే పందిట్లో పెళ్ళి జరిగేనే కళ్యాణశోభ కనగానే కనులార తనివితీరేనే' వంటి పాటలు అన్ని వర్గాల ప్రేక్షకులను ఆకట్టుకున్నాయి. స్వాతంత్ర్య సమరయోధుడు, తెలుగు సినిమా రచయిత, ప్రగతిశీల కవి, నాటకకర్తగా బహుముఖ పార్శ్వాలను ప్రదర్శించిన అనిశెట్టి కలం 1981లో ఆగిపోయింది.

తెలుగు వెలుగులు

తెలుగు ప్రజలు స్మరించదగ్గ ప్రథమ స్మరణీయుడు గిడుగు రామమూర్తి. ఆధునిక విజ్ఞాన వ్యాప్తికి, వచనరచనకు కావ్యభాష పనికిరాదనీ, సామాన్యజనానికి అర్థమయ్యే సమకాలీన "శిష్టవ్యావహారికం"లో ఉండాలనీ ఆనాటి సాంప్రదాయికపండితులతో హోరాహోరీగా యుద్ధంచేసి ఆధునికప్రమాణభాషను ప్రతిష్ఠించటానికి మార్గదర్శకుడైనవాడు గిడుగు రామమూర్తి.భావవాదమే ఆయన ప్రాపంచిక దృక్పథమైనా భాషా

వ్యవహారంలో మాత్రం సామాజిక వాస్తవాన్ని గుర్తించగలిగిన వ్యక్తిగా గిడుగు రామమూర్తి కనిపిస్తున్నారు. ఎందుకంటే, ఉద్యోగరీత్యా సవరలు అధికంగా నివసించే పర్లాకిమిడి ప్రాంతంలో తన జీవితాన్ని అంతటినీ గడిపారు. ఆ అవసరాలు, అప్పటికే సంస్కరణవాది అయిన గురజాడ అప్పారావుతో పరిచయం ఉండడం వంటివన్నీ భాష పట్ల ఆయనకు ఒక సామాజిక దృక్పథాన్ని కలిగించి ఉండొచ్చు.

గిడుగువారి వ్యవహారిక భాషోద్యమం వల్ల ఆధునిక సాహిత్యం కొత్త సొగసులు సంతరించుకుంది. రచనా వైవిధ్యం, వైశిష్ట్యంతో పుష్టిచేకూరింది. విశ్వవిద్యాలయాలలో వాడుకభాష రాజ్యమేలుతోంది. పత్రికలు ఇబ్బడిముబ్బడిగా పెరిగాయి. అక్షరాస్యత పెరిగింది. తెలుగు అధికారభాషగా, పరిపాలనా భాషగా కీర్తికెక్కింది. దీనికంతటికీ గిడుగు పిడుగే మూలకారకుడు.

గిడుగు వేంకట రామమూర్తి పేరు చెప్పగానే తెలుగు వ్యావహారిక భాషోద్యమాన్ని నడిపిన వాళ్ళలో ఆయన ఒక ప్రముఖుడిగా, సవర భాషా సంస్కృతులపై విశేషమైన కృషి చేసిన వ్యక్తిగా గుర్తుకొస్తాడు. అయితే, ఆనాడు గ్రాంథిక భాష ప్రాచుర్యంలో ఉండగా వ్యావహారిక భాష కావాలని వాదించడంలోగల సామాజిక పరిస్థితులు, ఆయనపై చూపిన ప్రభావాలను గుర్తించాల్సి ఉంది. అలాగే ఆయన బ్రాహ్మణ కులంలో పుట్టి పెరిగినా, సవరల గురించి పరిశోధనలు కొనసాగించడంలో గల ఆంతర్యాన్ని తెలుసుకోవాలనిపిస్తుంది.

గిడుగు రామమూర్తి పూర్వీకులు నేటి తూర్పు గోదావరి జిల్లా అమలాపురం దగ్గర్లోని ఇందుపల్లి వాస్తవ్యులు. తర్వాత కాలంలో విజయనగరం దగ్గర్లోని పర్వతాల పేటకు వలస వెళ్ళారు. అక్కడే వెంకమ్మ, వీర్రాజులకు 1863 ఆగస్టు 29న రామమూర్తి జన్మించారు. ఆయనకు దైవం పట్ల నమ్మకం ఉందని వీరేశలింగంకి రాసిన లేఖను బట్టి తెలుస్తుంది. కాబట్టి భావవాదమే ఆయన ప్రాపంచిక దృక్పథమైనా భాషా వ్యవహారంలో మాత్రం సామాజిక వాస్తవాన్ని గుర్తించగలిగిన వ్యక్తిగా గిడుగు రామమూర్తి పంతులు.ఆ అవసరాలు, అప్పటికే సంస్కరణవాది అయిన గురజాడ అప్పారావుతో పరిచయం ఉండడం వంటివన్నీ భాష పట్ల ఆయనకు ఒక సామాజిక

దృక్పథాన్ని కలిగించి ఉండొచ్చు. ప్రాచీన కావ్యాల్లో కూడా వ్యావహారిక భాషను చూపించే ప్రయత్నం చేసి, ప్రజల వాడుకలో ఉంటేనే భాష నిలుస్తుందనేది ఆయన వాదం. మనం మాట్లాడుకునే భాషలోనే రచనలు కూడా వస్తే బాగుంటుందనీ, ఎక్కువమందికి విజ్ఞానం అందుబాటులోకి వస్తుందనేది ఆయన ఆశయం. తెలుగు భాష గురించి ఆధునిక పద్ధతిలో ఆలోచించిన తొలి భాషా విజ్ఞాని గిడుగు రామమూర్తి గారు. 'గిడుగు రామమూర్తి వ్యావహారిక భాషావాదం లేవనెత్తడంతో తెలుగు కావ్యభాషాస్వరూపం మారిపోయింది' అని శ్రీశ్రీ అన్నారు.

నిజానికి గిడుగు వారు వ్యావహారిక భాషావాదానికి కృషి చేసినా, ఆయన జీవించిన కాలంలోనే అది సంపూర్ణంగా విజయవంతం కాలేదు. ఆ విషయాన్ని గిడుగు వారే స్వయంగా చెప్పుకున్నారు కూడా. కానీ, ఆ ప్రయత్నాలు- తర్వాత కాలంలో విజయవంతం కావడానికి తోడ్పడ్డాయనుకోవచ్చు. సవరలను అత్యంత దగ్గరగా పరిశీలించడంతో వారి గురించి లోకానికి తాను గమనించిన వాస్తవాల్ని తెలపాలనే జిజ్ఞాసే ఆయనను సవరలపై పరిశోధనకు పురిగొల్పి ఉంటుంది. అయితే, సవరలపై పరిశోధన చేయడానికి ఆయనకున్న మానవతాదృష్టే ప్రధాన కారణంగా చేకూరి రామారావు వ్యాఖ్యానించారు. సవరభాష నేర్చుకుంటేనే, వారితో బాగా కలిసిపోవచ్చు అనుకున్నారు.

'హరిజనోద్ధరణ జరగడానికి 40 సంవత్సరాల ముందే 1894 ప్రాంతంలోనే గిరిజనులైన సవరలు (శబరులు)- వాళ్ళలో మళ్ళీ అంటరానివాళ్ళని తన ఇంటి దగ్గర పెట్టుకొని, దగ్గరగా కూర్చొని సవరభాష నేర్చుకున్నారు' అని సంస్కర్తగా గిడుగువారిని అడపా రామకృష్ణారావు అంచనా వేశారు. ఇవన్నీ పరిశీలించినప్పుడు గిడుగు రామమూర్తి అగ్రస్థానంలో సామాజిక గౌరవానికి నోచుకున్న వర్గంనుండి వచ్చినప్పటికీ, తన జీవితావసరాల రీత్యా సమాజంలో అట్టడుగు వర్గాలవారితో జీవించాల్సిన పరిస్థితుల్లో ఆయన జీవిత దృక్పథంలో మార్పు వచ్చిందని అనుకోవచ్చు. అదే ఆయన భాషాదృక్పథాన్నీ ప్రభావితం చేసి ఉంటుంది. 'పేదవాళ్ళకి, పసిపిల్లలకు, స్త్రీలకు వాళ్ళకు అర్థమైన భాషలో విజ్ఞాన బోధ రామమూర్తిగారికి వ్యావహారిక భాషా వాదానికి లక్ష్యం. అదే ఆయన జీవితాశయం'.

ఈ వాడుకభాషా వాదాన్ని చేపట్టినందుకు గిడుగువారు పండితులతో యుద్ధం చేయవలసివచ్చింది. దీన్ని గ్రామ్యవాదమనీ, గిడుగువారు గ్రామాచార్యులనీ గ్రాంథికవాదులు హేళన చేస్తూ పద్యాలూ, వ్యాసాలు రాశారు. జయంతి రామయ్యపంతులు, కాశీభట్ట బ్రహ్మయ్యశాస్త్రి, వేదం వెంకటరాయశాస్త్రి, శ్రీపాద కృష్ణమూర్తి శాస్త్రి మొదలైన వాళ్ళతో ఢీకొనవలసి వచ్చింది. పండితులే తప్పులు లేకుండా రాయలేని గ్రాంథికం బలవంతాన రుద్దడం ఎందుకంటూ "ఆంధ్రపండిత బిషక్కుల భాషాభేషజం" అనే పుస్తకం ప్రచురించారు. 1906 నుండి 1940 వరకు వారి కృషి అంతా తెలుగు భాషా సేవకే. యేట్స్ అనే స్కూళ్ళ ఇన్స్పెక్టర్ యొక్క ప్రోత్సాహంతో శిష్టజన వ్యావహారిక తెలుగు భాషను గ్రంథరచనకు గ్రాహ్యమైందిగా చేయడానికి అత్యంత కృషి చేసి కృతకృత్యులయ్యారు. వీరేశలింగం పంతులు గారి ఊతం కూడా వీరికి లభించింది. 1919-20ల మధ్య వ్యావహారిక భాషోద్యమ ప్రచారం కొరకు 'తెలుగు' అనే మాసపత్రిక నడిపారు. వ్యావహారిక భాషను ప్రతిఘటించిన ఆంధ్ర సాహిత్య పరిషత్తు సభలో(1925, తణుకులో) నాలుగు గంటలపాటు ప్రసంగించి గ్రంథాల్లోని ప్రయోగాల్ని ఎత్తి చూపి తన వాదానికి అనుకూలంగా సమితిని తీర్మానింపజేసారు 'గిడుగు'. సాహితీ సమితి, నవ్యసాహిత్య పరిషత్తు మొదలైన సంస్థలు కూడా ఆయన వాదాన్ని బలపరచాయి. 1934లో ప్రభుత్వం ఆయనకు 'కైజర్-ఇ-హింద్' అనే స్వర్ణపతకాన్నిచ్చి గౌరవించారు.

ఆయనకు చిన్నప్పటినుంచి విద్యాసక్తి, కార్యదీక్ష, సత్యాన్వేషణం ప్రధాన లక్షణాలు. సవరలు, హరిజనులు అంటరాని జనాలని అప్పటి సంఘం అంటుండే ఆ కాలంలోనే, ఆయన సవర విద్యార్థులకు తన ఇంట్లోనే బస ఏర్పరచి, భోజనం పెట్టేవారు. 1930లలో ఒరిస్సా ఏర్పడనున్నప్పుడు, పర్లాకిమిడి రాజా తన పర్లాకిమిడి తాలూకా అంతటిని ఒరిస్సా రాష్ట్రంలో చేర్పించడానికి ప్రయత్నించినపుడు, తెలుగువారికి నాయకులుగా రామమూర్తి నిలిచి ప్రతిఘటించారు. ఆ తాలూకాలో చాలా భాగాన్ని, పర్లాఖిమిడి పట్టణాన్ని ప్రభుత్వం అక్రమంగా ఒరిస్సాలో చేర్చడంవల్ల, తెలుగువారికి అన్యాయం జరిగిందని తెలియజేస్తూ ఆయన 1936లో ఒరిస్సా రాష్ట్రప్రారంభోత్సవం జరిగే దినం ఉదయమే పర్లాఖిమిడిలో ఉండడానికి ఇష్టపడక,

వెంటనే రాజమహేంద్రవరం వచ్చి అక్కడే తన శేషజీవితాన్ని గడిపారు. వారి పట్టుదలకు ఇది ఒక గొప్ప నిదర్శనం. గిడుగు రామమూర్తి 1940 జనవరి 15వ తేదీన ప్రజామిత్ర కార్యాలయంలో పత్రికాసంపాదకులను సంబోధిస్తూ చేసిన తన తుదివిన్నపంలో వ్యావహారికభాషావ్యాప్తికి చాలా సంతృప్తి పొందాడు. కాని, ప్రభుత్వ విద్యాశాఖవారు, విశ్వవిద్యాలయాలు గ్రాంథికాన్ని వదిలిపెట్టక పోవటానికి బాధపడ్డాడు. ఆ విన్నపంలోని చివరిమాటలు "దేశభాష ద్వారా విద్య బోధిస్తేకాని ప్రయోజనం లేదు. శిష్టజనవ్యావహారికభాష లోకంలో సదా వినబడుతూంటుంది. అది జీవంతో కలకలలాడుతూ ఉంటుంది. గ్రాంథికభాష గ్రంథాలలో కనబడేదే కాని వినబడేది కాదు. ప్రతిమ వంటిది. ప్రసంగాలలో గ్రాంథికభాష ప్రయోగిస్తూ తిట్టుకొన్నా సరసాలాడుకున్నా ఎంత హాస్యాస్పదంగా ఉంటుందో చూడండి. గ్రాంథికభాష యెడల నాకు ఆదరము లేకపోలేదు. ప్రాచీనకావ్యాలు చదువవద్దనీ విద్యార్థులకు నేర్పవద్దనీ నేనను. కాని ఆ భాషలో నేడు రచన సాగించడానికి పూనుకోవడం వృథా అంటున్నాను. నిర్దిష్టంగా ఎవరూ వ్రాయలేరు. వ్రాసినా వ్రాసేవారికి కష్టమే వినేవారికి కష్టమే. వ్రాసేవాండ్లేమి చేస్తున్నారు? భావం తమ సొంత (వాడుక) భాషలో రచించుకొని గ్రాంథికీకరణం చేస్తున్నారు. అది చదివేవాండ్లు వినేవాండ్లు తమ సొంత వాడుకమాటలలోకి మార్చుకొని అర్థం చేసుకొంటున్నారు. ఎందుకీ వృథాప్రయాస?

భారత దేశంలో గుర్తింపు పొందిన 18 భాషల్లో తెలుగు మాట్లాడే వారి సంఖ్య రెండో స్థానంలో ఉంది. తెలుగు సాహిత్యానికి ఎంతో చరిత్ర ఉంది. పాలనా భాషగా, బోధనా భాషగా, వ్యవహార భాషగా అమలైనప్పుడే ఏ భాషకు అయినా మనుగడ ఉంటుంది. ఈ మూడింటిలోనూ తెలుగు నిరాదరణకు గురవుతోంది. అధికార భాషగా స్థిరపడటానికి తెలుగు చాలా దూరమే ప్రయాణించింది. ఇప్పుడు ప్రపంచీకరణ అన్ని రంగాలపైనా కోలుకోనివ్వనంత వేగంగా దాడి చేస్తోంది. సామాజిక జీవనంలో అతి కీలకమైన భాష కూడా అందుకు మినహాయింపు కాదు. ఇది ఒక్క తెలుగు ఎదుర్కొంటున్న సమస్య అనుకుంటే పొరపాటే.. ఈ జగత్తులోని ఆరు వేలకు పైగా భాషల్లో సగానికిపైగా భాషా సంస్కృతులకు క్రమంగా కాలదోషం పడుతోందని

ఐక్యరాజసమితి విద్యా శాస్త్రీయ సాంస్కృతిక సంస్థ కొన్నేళ్ళ క్రితమే తేల్చి చెప్పింది. అంతెందుకు, ఏ భాషనైతే ఆ ప్రాంతంలోని ముప్పై శాతం మంది ప్రజలు మాట్లాడకుండా ఉంటారో.. అది మృత భాషగా మారినట్లే.. ఇప్పుడు తెలుగు కూడా ఆ జాబితాలో ఉందన్నది యునెస్కో నివేదిక మాట. తెలుగుభాషకు కొత్త జీవం ఇవ్వడానికి కొన్ని ప్రయత్నాలూ జరక్కపోలేదు. తెలుగు భాషను వివిధ స్థాయిలో ఎలా సమర్థంగా అమలుచేయాలనే దానిపై సూచనలందించేందుకు అధికార భాషా సంఘాన్ని నియమించారు. అధికార భాషా చట్టం వచ్చింది. అమలులోనే చిత్తశుద్ధి లోపించింది.

ఇప్పుడు కావాల్సింది మన తెలుగు భాషను అందరికీ ఉపయోగపడే భాషా సాధనంగా తీర్చిదిద్దుకోవడమే. అసలు ఇన్నేళ్ళుగా మన భాషా విధానం విఫలమవ్వడానికి కారణాలేమిటి? అధికార యంత్రాంగమేనన్నది కొందరి అభిప్రాయం. మరి ఈ అధికార పద్ధతుల్లోనే అధికార భాషగా తెలుగు అమలుకు ప్రయత్నించడం ఎంతవరకూ సమంజసం? మరి దీనికి పరిష్కారం ఏమిటి? మన భాషలో పాలన జరిగితీరాలన్న చైతన్యాన్ని జనంలో పెంచాలన్నది ఓ సూచన. అలాగని పూర్తిగా తెలుగు భాష నిరాదరణకు గురయిందనీ చెప్పలేని పరిస్థితి. తెలుగులోనే కోర్టు తీర్పు వచ్చింది. కొన్ని జిల్లాల్లో అధికారులు ఉత్తరప్రత్యుత్తరాలను తెలుగులోనే నిర్వహిస్తున్నారు కూడా. ఇటీవల విద్యార్థులు తెలుగులో మాట్లాడినందుకు ఒక టీచర్ వారిని కఠినంగా శిక్షించారు. ఇలాంటి సంఘటనలు ఎన్నో ప్రతి రోజు జరుగుతున్నప్పటికి కొన్ని మాత్రమే వెలుగు చూస్తున్నాయి. ఆ సంఘటనలు జరిగినప్పుడు వాటిని ఖండించటమే కాదు అలాంటి ఘటనలు జరగకుండా చర్యలు తీసుకోవాలి. అప్పుడే తెలుగుభాష సగౌరవంగా ఉంటుంది.

(ఆగస్టు, 28, 2017 ప్రజాశక్తి దినపత్రిక సవ్వడి సాహిత్య పేజీ)

ధిక్కార కలం

'ఏ భాషరా నీది యేమి వేషమురా?/ ఈ భాష.. ఈ వేషమెవరి కోసమురా?/ అన్యభాషలు నేర్చి ఆంధ్రంబురాదంచు/ సకిలించు ఆంధ్రుడా! చావవెందుకురా? అంటూ తెలుగు భాషను నిరాదరిస్తున్న వారిపై వ్యంగ్యబాణాలు సంధించారు. వర్తమాన సమాజంలో మాతృభాషను నిర్లక్ష్యం చేస్తూ, పరాయి భాషల మీద మోజు ప్రదర్శించే తెలుగు ప్రజలకు కాళోజీ చురకలు వేశాడు. పరాయి భాషలు నేర్చుకోవడం తప్పుకాదు కాని, మాతృ భాషను నేర్చుకోకపోవడం, దాని పట్ల అలసత్వాన్ని ప్రదర్శించడం మంచిది కాదని హితవు పలికారు.

తెలంగాణ భాషను, మాట తీరును ఎవరు కించపరిచినా ఆయన సహించేవారు కాదు. అందుకే కాళోజీ నారాయణరావు జయంతిని కొంతకాలంగా తెలంగాణ మాండలిక భాష దినోత్సవంగా భాషాభిమానులు నిర్వహిస్తూ వచ్చారు. ఈ నేపథ్యంలోనే ఆయన శతజయంతి ఉత్సవాల సందర్భంగా కాళోజీ జయంతి(సెప్టెంబర్ 9)ని 'తెలంగాణ భాష దినోత్సవం'గా రాష్ట్ర ప్రభుత్వం అధికారికంగా నిర్వహిస్తోంది. తెలంగాణ మట్టిని, భాషను, మనుషులను ఎంతగానో ప్రేమించిన కవి కాళోజీ.

కాళోజీ నారాయణరావు 1914 సెప్టెంబర్ 9న రంగారావు, రమాబాయి దంపతులకు నాటి నిజాం సంస్థానంలోని బీజాపూర్ జిల్లా రట్టిహళ్లి గ్రామంలో జన్మించారు. రఘువీర్ నారాయణ్ లక్ష్మీకాంత్ శ్రీనివాసరాం రాజా కాళోజీ పూర్తి పేరు. బీజాపూర్ నుంచి తరలివచ్చిన కాళోజీ కుటుంబం మడికొండలో స్థిరపడింది. దీంతో కాళోజీ మడికొండలో ప్రాథమిక విద్య, హన్మకొండ, హైదరాబాద్‌లలో ఉన్నతవిద్య అభ్యసించారు. ఆయన 15 ఏళ్ల వయస్సు నుంచే రాజకీయ ఉద్యమాల్లో, కవితా, రచనావ్యాసంగాల్లో మునిగిపోయారు. ఆర్య సమాజం, ఆంధ్ర మహాసభ , నిజాం స్టేట్ కాంగ్రెస్‌లో ఉంటూ నైజాం వ్యతిరేక పోరాటంలో పనిచేశారు.

ప్రవక్తలా బోధించిన కవి..

కాళోజీ వంటి ప్రజాస్వామ్య విలువలు బోధించిన ప్రజాస్వామిక ప్రవక్త మరో వెయ్యి సంవత్సరాలకుగాని పుట్టబోరని ప్రముఖ న్యాయవాది, పీయూసీఎల్ నేత కన్నాభిరాన్ వ్యాఖ్యానించడం అతిశయోక్తి కాదు. కాళోజీ జీవించిన కాలంలో జీవించడంతోనే మనం ధన్యులమైనట్లని కేంద్ర సాహిత్య అకాడమీ పురస్కార గ్రహీత, కాళోజీ అవార్డు అందుకుంటున్న అంపశయ్య నవీన్ వ్యాఖ్యానించారు.

పార్టీల నిషేధంపై ఆగ్రహం..

1946లో కమ్యూనిస్టు పార్టీపై నిషేధం విధించినప్పుడు ఆయన ఘాటుగా స్పందించారు. 'ప్రజాసంస్థలపై పగ సాధించిన ఫలితం తప్పక బయటపడున్/ నిక్కుమనీల్గే నిరంకుశత్వం/ నిల్వలేక నేలను గూలున్/ చిలిపి చేష్టకై చిల్లి పొడిచినను/ స్థిరమగు కట్టయు శిథిలమగున్..' అంటూ హెచ్చరించారు.

నిజాం ప్రధానిని ప్రశ్నించిన కాళోజీ..

1946లోనే వరంగల్ కోటలో మొగిలయ్య హత్య జరిగింది. మరోచోట పసిబాలుడిని పొడిచారు. శిక్ష చంపిన వారికి వేయాల్సిందిపోయి జెండా ఎగురేసిన వారినే శిక్షించారు. కాళోజీకి కూడా ఆరునెలలపాటు దేశబహిష్కార శిక్ష విధించారు. ఈ సందర్భంగా ఇక్కడి సంఘటనలపై విచారణ చేయాడానికి వచ్చిన ప్రధాని సర్ మీర్జాఇస్మాయిల్‌ను కాళోజీ తన కవిత ద్వారా ప్రశ్నించారు. 'ఇది అందరికి చిరపరిచితమే ఎన్నాళ్ల నుండియో ఇదిగో అదిగో అనుచూ ఈనాటికైనను ఏగివచ్చితివా? కోట గోడల మధ్య ఖూనీ జరిగిన చోట గుండాల గుర్తులు గోచరించినవా బజారులో బాలకుని బల్లెంబుతో పొడుచు బద్మాషునేమైనా పనిబట్టినావా మొగిలయ్య భార్యతో, మొగిలయ్య తల్లితో మొగమాటము లేక ముచ్చటించితివా? కాలానుగుణ్యమగు కాళోజీ ప్రశ్నలకు కన్నులెర్రగా చేసి ఖామూష్ అంటావా?...' అంటూ సర్ మీర్జాఇస్మాయిల్‌ను ప్రశ్నించారు. కాళోజీ తన భావాలకే కాదు శరీరానికి మరణం లేదని నిరూపించిన వ్యక్తి. అందుకే ఆయన మరణాంతరం తన శరీరాన్ని కాకతీయ మెడికల్ కళాశాలకు అప్పగించేలా విల్లు రాసిచ్చారు. దీంతో ఆయన కోరిక మేరకు కేఎంసీకి ఆయన పార్థీవదేహాన్ని అప్పగించారు.

భాషాప్రత్యేకత

తెలంగాణ ప్రాంత ప్రజల భాషకు పట్టాభిషేకం చేసిన అసలు సిసలైన ప్రజాకవి కాళోజీ. ప్రజల ఆకాంక్షలకు అనుగుణంగా కవిత్వం రాసి, ఈ ప్రాంత ప్రజల ప్రతినిధిగా నిలిచారు. కాళోజీ కవిత్వంలో తెలంగాణ మాండలికం అందాలు దిద్దుకుంది. తనది బడి పలుకుల భాష కాదనీ, పలుకుబళ్ళ భాష అనీ ప్రకటించుకొన్న ధీశాలి.

అంతర్మథనం

కవిత్వ ఆవిర్భావానికి ముందు కవులలో అంతర్మథనం జరుగుతుంది. కాళోజీ విషయంలో ఇది మరింత ఎక్కువగా కనిపిస్తుంది. హృదయ స్పందనలేనివాడు

ముమ్మాటికి కవి కాలేడు. 'అవనిపై జరిగేటి అవకతవకలు జూచి/ఎందుకో నా హృదిని ఇన్ని ఆవేదనలుపరుల కష్టము జూచి కరిగిపోవును గుండె/మాయ మోసము జూచి మండిపోవును ఒళ్ళు' చుట్టూ జరుగుతున్న అన్యాయాన్ని చూసి లోకంలో అందరికంటే ముందే స్పందించేవాడు కవి. కవి తన స్పందనకు అనుగుణంగా నాలుగు అక్షరాలు చిలుకరిస్తాడు. అవి బాధిత హృదయాలను చైతన్యవంతం చేస్తాయి. అక్షరాలతో పాటు ఆత్మీయతను కూడా పంచి ఇచ్చిన అసలు సిసలైన ప్రజా కెరటం మన కాళోజీ నారాయణరావు. మాటలు చెప్పడమే కాదు, చేతలకు కూడా దగ్గరివాడు. అందుకే కాళోజీ నూరు నయాపైసల ప్రజాకవి కాగలిగారు.

మానవీయకోణం

ప్రజల పక్షాన నిలబడి అన్యాయాన్ని ఎదురించిన గొప్ప మానవతావాది కాళోజీ. ఆన్యాయం మీద కవిత్వ రూపంలో తిరుగుబాటు చేయడమే కాదు. బాధితుల పక్షాన నిలబడి ధైర్యం నింపిన ధీశాలి. ప్రజల బాధల్లో మమేకమై కన్నీళ్ళు పెట్టుకున్న సందర్భాలున్నాయి.

"అన్యాయాన్నెదిరిస్తే నా గొడవకు సంతృప్తి
అన్యాయం అంతరిస్తే నా గొడవకు ముక్తి ప్రాప్తి
అన్యాయాన్నెదిరించి నోడు నాకు ఆరాధ్యుడు"

అన్యాయాన్ని-కవిగా తాను స్వయంగా వ్యతిరేకించడమేకాదు, తనలాగా మరింత మందిని తయారు చేయాలన్న ఆకాంక్ష ఈ గేయ పంక్తులు చాటి చెపుతున్నాయి. అన్యాయాన్ని ప్రతిఘటించినవాడు. తనకు ఆరాధ్యుడు అని ప్రకటించడంలోని ఆంతర్యం అదే!

అస్తిత్వవాది

తెలంగాణ ప్రజల ప్రత్యేక అస్తిత్వం కోసం కలమెత్తి, గళమెత్తి నినదించిన అసలు సిసలైన తెలంగాణ వాది కాళోజీ.

"వీర తెలంగాణ నాది
వేరు తెలంగాణ నాది
వేరై కూడా తెలంగాణ
వీర తెలంగాణ ముమ్మాటికి
తెలంగాణ వేరై నించి
భారతాన వెలయు ముమ్మాటికీ"

"కవయ క్రాంత దర్శిన:" అంటారు. భవిష్యత్తును దర్శించే నేర్పు కలిగినవారు కవులు. తెలంగాణ రాష్ట్ర ఆవిర్భావానికి కొన్ని దశాబ్దాల ముందుగానే కాళోజీ లేఖిని నుండి గేయ ఖండిక జాలువారింది. జీవితం మీద స్పష్టత ఉన్నవాడికి, కవిత్వం మీద స్పష్టత ఉంటుంది. కవిత్వం మీద స్పష్టత ఉన్నవాడికి, సమాజం మీద కూడా స్పష్టత ఉంటుంది. ఒక వ్యక్తిగా, ఒక కవిగా, ఒక సామాజికుడిగా బహుముఖీన కోణాలు కలిగిన దార్శనికుడు కాళోజీ. గొప్పతాత్వికవేత్త.

"రెండున్నర జిల్లాలదే / దండి బాస అయినప్పుడు
తక్కినోళ్ల నోళ్లయాస / తొక్కిపెట్టబడ్డప్పుడు"

తెలంగాణ మాండలికానికి అన్యాయం జరుగుతున్న తీరును ఆపుకోలేక గళమెత్తి గర్జించిన కాళోజీ ఆంధ్రా పెత్తనాన్ని సవాలు చేసిన సందర్భమిది. తెలంగాణ భాషను, యాసను ప్రేమించిన వాడెవడైనా కాళోజీకి జైకొట్టకుండా ఉండగలడా?

నిబద్ధత, నిమగ్నత

కాళోజీ కనిత్వంలో నిబద్ధత ఉంది. నిజాయితీ వుంది. అంతకు మించి కవిగా ఆయన నిరంతర సామాజిక నిమగ్నత కలిగినవాడు. లోకంలో కవులకు కొదవలేదు. కవులు రాసే కవిత్వం ఆచరణీయంగా, ఆదర్శవంతంగా ఉండాలి. ఇతరులకోసమే కవిత్వం రాస్తాం, మేము దానిని ఆచరణలో పెట్టం అంటే అది కవిత్వం కాదు, రాసినవాడు కవీ కాదు. అలాంటి కవులు కాళోజీని చూసైనా నేర్చుకోవాలి.

సంస్కృతి

కాళోజీ కవిత్వంలో తెలంగాణ సాంస్కృతిక చిహ్నాలు బోలెడన్ని కనిపిస్తాయి. కాళోజీ రాసిన 'బతకమ్మా బతుకు' కవిత తెలంగాణ ప్రజల ఆత్మగౌరవ ప్రతీక. "గుమ్మడి పూలు పూయగ బ్రతుకు/ తంగెడి పసిడి చిందగ బ్రతుకు/ గునుగు తురాయి కలుకగ బ్రతుకు/ కట్లనీలిమలు చిమ్మగ బ్రతుకు/ బతకమ్మా బ్రతుకు". తెలంగాణ ప్రజలకే ప్రత్యేకం. మన బతకమ్మ పండుగ. బొడ్డెమ్మ, బతకమ్మ పండుగలు వస్తే తెలంగాణ పల్లెల్లో మొదలయ్యే హడావిడి అంతా ఇంతా కాదు. అట్లాంటి బతకమ్మ మీద గేయఖండిక రాసిన కాళోజి తెలంగాణ సంస్కృతిని ఎలుగెత్తి చాటిన మహాకవిగా గుర్తింపు పొందారు. తెలంగాణ బాస, యాస, పండుగలూ, పబ్బాలూ, ఆచారాలు, వ్యవహారాలు వంటి అనేక అంశాలను సందర్భానుసారంగా కవిత్వంలో జోడించి తెలంగాణ సంస్కృతిని ప్రతిఫలింపజేసిన కవి కాళోజీ.

బహుముఖీనత - వ్యక్తిత్వం

ఎంత సరళంగా కవిత్వం రాస్తాడో, అంత నిరాడంబరంగా జీవితం సాగించిన మహాకవి. సంఘ దురాచారాల మీద తిరుగుబాటు చేయడమే కాదు, సంఘానికి దిశానిర్దేశం చేయగలిగినవాడు. తన కవిత్వంలో శైలీ, వస్తువు కంటే భావానికి పెద్దపీట వేసాడు. కర్షక, కార్మిక, పల్లె భాషలకు పట్టాభిషేకం చేశాడు. కవిత్వంలో ప్రజల దైనందిన భాషకున్న విలువను గుర్తించాడు. గొప్ప తాత్త్వికవాది, దార్శనికుడు కూడా. సమాజంలో ఎదురయ్యే సన్నివేశాలను, సందర్భాలను, న్యాయాలను, ఉద్యమ్యాలను కవితా వస్తువులుగా మలుచుకున్న క్రాంతదర్శి. సామ్యవాదం, అభ్యుదయవాదం, విప్లవవాదం, ప్రతి హింసావాదం మొదలగు అంశాలను తన కవిత్వంలో ప్రతిఫలింపజేశాడు. సరళమైన భాషకు స్పష్టతకు పట్టం కట్టాడు. సత్యం, అహింస, ధర్మం - ప్రాతిపదికన దేశహితం, సమాజహితం ఆధారపడివుంటుందని తన కవిత్వంలో తేల్చిచెప్పాడు. కాళోజీ కవిత్వంలో సనాతన లక్షణాలు కూడా ప్రతిబింబిస్తాయి. పురాణాల నుంచి కథలు, పాత్రలు, దేవతలు, అవతారాల - వంటి ప్రాచీన అంశాలు కూడా తగిన స్థానాన్ని సంపాదించుకున్నాయి.

కాకపోతే ఆయా పాత్రలను ప్రతీకలుగా, అధిక్షేపాలుగా తీసుకుని సామాజిక హితవు పలికిన సందర్భాలే ఎక్కువ.

ఆర్ద్ర మనస్సుతో, జాలువారే కన్నీటితో ఆర్తుల పక్షాన నిలిచిన దయామూర్తి కాళోజీ. అన్యాయం ఏరూపంలో ఉన్నా ప్రతిఘటించడం, శత్రువు ఎంత బలవంతుడైనా ఎదుర్కోవడం ఆయన కవిత్వంలోని ప్రత్యేకతలు. సందర్భానుసారంగా వ్యంగ్యంగా, సునిశితంగా కవిత్వాన్ని చెప్పగలిగాడు. ఒకరకంగా ఆయన మాటలూ, ఉపన్యాసాలు – అన్నీ కవితామయమే. నైజాం ప్రభుత్వాన్ని ఎదిరించిన అసలు సిసలైన తెలంగాణ పోరాట వాది కాళోజీ.

తొలినాళ్ళలో ఆర్యసమాజ కార్యక్రమాలలో కూడా చురుకైన పాత్ర పోషించాడు. కవిత్వమే కాదు, కథలు కూడా రాసిన సందర్భాలున్నాయి. కాళోజీ ఫౌండేషన్, వరంగల్లు వాళ్ళు వేసిన కథా సంపుటిలో కాళోజీ రాసిన కథలు కనిపిస్తాయి. భూతదయ, మనమే నయం–వంటి కథలు కాళోజీకి మంచి పేరును సంపాదించి పెట్టాయి. ఇట్లా, కాళోజీ సాహిత్య కృషిని వివిధ రూపాలలో దర్శించవచ్చు. ఏది ఏమైనా కాళోజీ ఒక వ్యక్తి కాదు, ఒక సంస్థకు ప్రతీక. ఒక ప్రజా సమూహానికి ప్రతీక. తెలంగాణ ప్రజా ఉద్యమాలలో ఒక అద్భుతమైన ప్రజాకెరటం మన కాళోజీ నారాయణరావు.

శతజయంతి ఉత్సవాలతో మలుపు...

2002లో కాళోజీ కన్నుమూసిన తర్వాత కాళోజీ మిత్రమండలి, కాళోజీ ఫౌండేషన్‌తోపాటు జిల్లాలోని ఇతర సాహిత్య సంస్థలు కాళోజీ జయంతి, వర్ధంతులను నిర్వహించేవి. అంతేగాక కాళోజీ జయంతిని మాండలికభాషా దినోత్సవంగా ప్రకటించాలని కాళోజీ అభిమానులు, అనుచరులు చాలాకాలంగా కోరుతూ వచ్చారు. అప్పటి ప్రభుత్వాలు అంతగా పట్టించుకోలేదు. అయితే 2014 సెప్టెంబర్ 9 నుంచి 2015 సెప్టెంబర్ 9 వరకు నిర్వహించిన కాళోజీ శతజయంతి ఉత్సవాల సందర్భంగా రాష్ట్ర ప్రభుత్వం ఆయన జయంతిని తెలంగాణ భాషదినోత్సవంగా అధికారికంగా ప్రకటించింది.

చేపట్టిన పదవులు..

స్వాతంత్ర్యం వచ్చిన తర్వాత 1958 నుంచి 1960 వరకు ఆంధ్రప్రదేశ్ శాసనమండలి సభ్యుడిగా, ఆంధ్రసారస్వత పరిషత్తు, ఆంధ్రప్రదేశ్ సాహిత్య అకాడమీలలో సభ్యులుగా బాధ్యతలు నిర్వహించారు.

రచనలు

అణా కథలు, నా భారతదేశయాత్ర, పార్థివ వ్యయము, కాళోజీ కథలు, నా గొడవ, జీవన గీత, తుదివిజయం మనది, తెలంగాణ ఉద్యమ కవితలు, ఇదీ నా గొడవ, బాపూ!బాపూ!!బాపూ!!!

(సెప్టెంబర్ 2016 మోదుగుపూలు మాస పత్రిక)

యువతరానికి సాహిత్య దిక్సూచి

ఇంటర్‌తో సర్టిఫికెట్ల విద్యకు వీడ్కోలు చెప్పిన అతని కవిత్వమే నేడు పదో తరగతి, ఇంటర్మీడియెట్ విద్యార్థులకు పాఠాల రూపంలో పుస్తకాల పుటల్లోకి ఎక్కుతుందని ఎవరైనా ఊహించారా? అందరి బాధల గాథల్ని తన మస్తిష్కంలో మథించి కవన వనంలో 'ఎర్రపావురాలు' ఎగరేసినవాడు. 'మంటల జెండాలు' రెపరెపలాడించాడు, 'రక్తరేఖలు' గీసి 'సిటీలైఫ్'ను

చిత్రించిన మట్టి వాసన వున్న కవి అలిశెట్టి ప్రభాకర్. చిన్న పదాలతో గొప్ప అర్థాలు చెప్పిన మేధావి. దోపిడీ సమాజంపై అక్షరాయుధాలు ఎక్కుపెట్టాడు. సాహితీ చీకటిని చీల్చిన ప్రభాకరుడు. విషయం ఏదైనా సరే సూక్ష్మంలో మోక్షం అన్న విధంగా అతని కవిత్వం ప్రజల నాలుకల మీద నాను తుంది. జనసామాన్యం గుండెలకు హత్తుకునేలా రచనలు చేయడంలో చెరబండరాజు, శివసాగర్, అలిశెట్టి ప్రభాకర్ తరువాతే ఎవరైనా. సినీ కవి 'తరలిరాదా తనే వసంతం' అన్నట్టు.. కవితై, చిత్రమై మన చెంతకు వచ్చిన అలిశెట్టి ప్రభాకర్ రచనా శైలి నేటి యువతకు ఆదర్శంగా నిలుస్తుంది.

అతను బతికింది అతి కొద్ది కాలమే ...కానీ చరిత్ర పుస్తకంలో తనకంటూ కొన్ని పేజీలను కేటాయించుకున్నాడు. అతను కవిత్వమై ధ్వనించాడు. కేవలం 20ఏళ్ళే. 1970 దశకంలో తెలుగు కవిత్వంలో వచ్చిన మినీ కవితా సరళికి ఆకర్షితుడై చేతిలో ఉన్న కుంచెను పక్కన పెట్టి, కలాన్ని పట్టుకున్నాడు. చేపట్టిన కలాన్ని తుది ఊపిరి దాకా విడిచిపెట్టకుండా వందలాది పొట్టి కవితలకు ప్రాణం పోసిన గట్టి కవి అలిశెట్టి ప్రభాకర్. సాధారణ పదాల పొందికతోనే ప్రబలమైన కవిత్వాన్ని సాధించవచ్చన్న ఆలోచనను నమ్మి అదే సూత్రాన్ని కడవరకు ఆచరించి చూపించాడు. ఆయన రాసిన కవితల్లోమూడు పాళ్ళకు పైగా మినీ కవితలే ఉన్నాయి. శరపరంపరగా రాసిన కవితల్ని పట్టు వదలకుండా పత్రికలకు పంపుతూ వాటి ఆదరణతోనే అలిశెట్టి పొట్టి కవితల విశిష్ట స్రష్టగా గుర్తింపు పొందాడు. నేటికీ ఆయన స్థానం తెలుగు మినీ కవిత్వంలో తొలి వరుసలోనే ఉండడం ఆయన అక్షరాలకున్న బలమే. ఆస్తికి పేద అయినా అక్షర ధనికుడు అనడానికి అలిశెట్టి ప్రభాకర్ జీవితం-కవిత్వం చెదరని ఉదాహరణ. జనకవిగా నిలవాలనుకునే వారికి గొప్ప ప్రేరణ. మినీ కవితలతో తెలుగు సాహిత్యాన్ని కొత్త పుంతలు తొక్కించిన కలం యోధుడు కవి అలిశెట్టి ప్రభాకర్. అందుకే అతని కవిత్వం గోడలపై నినాదమై మెరుస్తుంది. వ్యాసాలలో మొదలు తుదలై జనంమధ్య తచ్చాడుతున్నది.

తొలిసారి ప్రచురింపబడిన కవిత కూడా ఎనిమిది పంక్తులదే. 'గుండెల్లో/ మెత్తగా దిగబడే/ కాగితపు కత్తి/ కరెన్సీ నోటు' అన్నాడు గాని నిజానికి ప్రభాకర్ ప్రతి కవిత అక్షరపు కత్తిలా అంతే మెత్తగా గుండెల్లో దిగబడుతుంది.ఆయన కవిత్వంలో

సూటిదనం ఉండటం,కొలత తక్కువతో పాటు తేలిక పదాలు ఉండటం అదనపు ఆకర్షణలుగా ప్రభాకర్ కవిత్వం అనతి కాలంలోనే ఆదరణను పొందింది. ప్రభాకర్ కవిత్వంలో ఉన్న మినీతనాన్ని మరింత బలంగా చెప్పడానికి ఆయన 'చురకలు' తోడ్పడుతాయి. తన రెండో కవితాసంపుటి 'మంటల జెండాల'తో పాటు ప్రచురించిన 'చురకలు' కేవలం 18 పేజీల్లో వేసిన 80 ద్విపదల సంకలనం ఇది. కవలలు అనే ద్విపదలో ' సెక్స్-క్రైమ్ కవలలు/ కలిపి చదివితే నవలలు' అంటాడు. కవి-సమ్మెట మినీలో 'చదివిన కవిత చలి-ముదుసలి/ కప్పించుకుంది కశ్మీరు శాలువా' అనే ఈ ద్విపద కేవలం శాలువాల కోసం కవిత్వం రాసే వారికి ఒక చురక లాంటిది. అందుకే వీటికి చురకలు అని పేరు పెట్టి ఉంటారు. అలిశెట్టి ప్రభాకర్‌కు ఎంతో పేరు తెచ్చిన వేశ్య కవిత- 'తను శవమై../ ఒకరికి వశమై.../ తనువు పుండై.../ ఒకడికి పండై../ ఎప్పుడూ ఎడారై.../ ఎందరికో ఒయాసిస్సై..'లో ఉన్నవి మొత్తం పన్నెండు పదాలే. చదవరులను కట్టిపడేసే మరో కవిత 'గుడిసెలే/ మేడల్ని కడతాయి/ అయినా/ మేడలే/ గుడిసెల్ని కొడతాయి'.

మధ్య మధ్య పెద్ద కవితలు కొన్ని రాసినా, ప్రభాకర్ మినీ కవితలతో రంగ ప్రవేశం చేసి చివరకు 'సిటీలైఫ్'లో పరిమిత పంక్తుల్లో సమాజాన్ని నిలదీస్తూ నిష్క్రమించాడు. ఏ గ్రంథాలు తిరగేయకున్నా నిరంతర సాధనతో కావ్య శిల్పాన్ని ఒడిసి పట్టుకున్నాడు. వాక్య నిడివిలోనూ, పదాల విరుపులోనూ, చరణాల పొందికలోనూ నా మాటే చెల్లాలని భాషతో పేచీ పెట్టుకొని నెగ్గిన కవి అలిశెట్టి. జనం వాడుకలో ఉన్న ఇంగ్లీషు పదాలను వెనకాడకుండా వాడుకొన్నాడు. 'నీ లైఫ్‌ని/ బ్యూటిఫుల్ పెయింటింగ్‌గా/ మార్చుకోడానికి/ అట్రాక్టివ్ కలర్ 'రెడ్' కొరకు/ రక్తం మాత్రం/ ఎవరిదీ ఉపయోగించకు' అనే పెయింటింగ్ కవితలో ఆరు ఇంగ్లీషు పదాలు వాడుకొన్నాడు. 'సిటీలైఫ్' ద్వారా ప్రభాకర్ నిత్య జీవన సమస్యల వార్తలపై పరిమిత పంక్తులతో కావ్య రూపక వ్యాఖ్యానం అందించి అన్ని వర్గాల ప్రజలకు చేరువయ్యాడు. 'ధ్వంసమై పోతున్న సమస్త మానవ విలువల్ని, హింసా రాజకీయాల్ని నిరసించడంతోపాటు నిప్పు కణికల్లాంటి కన్నీటి గుళికలు' ఇవి అని ప్రభాకర్ ప్రకటించాడు. ఆంధ్రజ్యోతి దినపత్రికలో 'సిటీ లైఫ్' పేరుతో ప్రభాకర్ రాసిన కాలమ్‌కు

ఆనాటి హైదరాబాదీలు ఫిదా అయ్యారు.

1954 జనవరి 12న కరీంనగర్ జిల్లా జగిత్యాలలో చినరాజం, లక్ష్మీ దంపతులకు జన్మించాడు అలిశెట్టి ప్రభాకర్. కరీంనగర్‌లో ప్రాథమిక విద్య పూర్తి చేసి... ఇంటర్ కోసం సిద్ధిపేటలో ఉన్న అక్క ఇంటికెళ్లాడు. అప్పటికే తండ్రి చనిపోవడంతో కుటుంబ భారాన్ని మోశాడు. పెన్సిల్‌తో బొమ్మలు గీసే హాబీనే ఆయన జీవితానికి సాహిత్యాన్ని పరిచయం చేసింది. అలా 18 ఏళ్ల వయసులోనే బూర్జువా దోపిడిదారులపై కవిత్వాన్ని రాశాడు. 1975లో పరిష్కారం పేరుతో అలిశెట్టి రాసిన కవిత తొలిసారి ఆంధ్ర సచిత్రవారపత్రికలో ప్రచురితమైంది. ప్రభాకర్ గుండె లోతుల్లో అణిచివేయబడ్డ బడబాగ్ని 1978 జగిత్యాల జైత్రయాత్రతో ఉప్పెనలా బయటకొచ్చింది. దీంతో ఆయనపై ప్రభుత్వాలు, పోలీసులు, భూస్వాములు కక్షకట్టారు. నిర్బంధం పెరగడంతో జగిత్యాల నుంచి కరీంనగర్‌కు వచ్చి బతకడం కోసం శిల్పి స్టూడియో ప్రారంభించాడు. 1979లో 'మంటల జెండాలు' సంకలనాన్ని వెలువరించాడు. అందులో వచ్చిన దోపిడీ చిహ్నం, దశ, పింజర లాంటి ఎన్నో కవితలకు ఇండియన్ ఇంక్ తో అద్భుతమైన చిత్రాలు గీశాడు. ప్రధానంగా అందులో రాజకీయ వ్యంగ్యం ప్రభాకర్‌కు ఇష్టమైన అస్త్రం.

నాయకులను ఎద్దేవా చేయడం కోసం రాసిన కవితలు ఆయనవి. టోపీని 'ఎన్నికల్లో/ ఓట్లడుక్కునే చిప్ప', శంకుస్థాపన రాయిని ప్రగతి వెంట్రుకలు మొలవని/ బట్టతల' నాయకుడు - పార్టీని 'వాడు ముందే వానపాము/ మరి ముడ్డెటో మూతెటో' అని రాయడం ఆయనకే చెల్లింది.

ప్రభాకర్ కవిత్వంలో ఉన్న మరో సుగుణమేమిటంటే ఇప్పటికీ ప్రాసంగికత కోల్పోని రచనలు విరివిగా లభించడం. దీనికి తక్షణ ఉదాహరణ- 'చెయ్యి/ కందిపోతుంది/కందిపప్పు తాకకు/ దవడ/ పేలిపోతుంది/ ధరలేవీ చెప్పకు' అనే కవిత. అదే విధంగా - 'జన జీవన కెరటాల్లో/ ఊగుతోంది/ మృత్యునౌక/ మత మౌఢ్యం మందిరాన/మోగుతోంది/ చావుకేక/ ఏదీ/ మనకందని దూరం/ మానవతాతీరం' ఈనాటి పరిస్థితులకు చక్కగా సరిపోతుంది.

ఓ వైపు ఫోటోలు తీస్తూనే.. ఇంకోవైపు కవితలు రాశాడు. మరోవైపు బొమ్మలు

కూడా గీశాడు. తనలోని భావాలకు చిత్రరూపమిచ్చి వాటితోనే చిత్రకవితలు రాశాడు. ఆ ప్రక్రియ అప్పట్లో ఒక పెద్ద సంచలనం. 1981లో 'చురకలు' కవితా సంకలనం వచ్చింది. ప్రజల బతుకులు బాగు చేయడానికి, వారి బాధలు ప్రపంచానికి తెలియచేయడానికే కవిత్వమని నమ్మిన వ్యక్తి అలిశెట్టి ప్రభాకర్. 1982లో భార్య,ఇద్దరు పిల్లలతో కరీంనగర్ నుంచి హైదరాబాద్‌కు మకాం మార్చాడు. ఆయన రాసిన రక్తరేఖ, సంక్షోభ గీతాలు కవితలు సామాన్యులనూ ఆకట్టుకున్నాయి.అలిశెట్టికి వచ్చిన పేరు చూసి కొందరు రచయితలు అతనికి దీర్ఘ కవితలు రాయడం చేతకాదని వెక్కిరించినవారు ఉన్నారు. దీంతో 1983లో నిజరూపమనే దీర్ఘ కవిత రాసి సాహితీలోకంలో సంచలనం సృష్టించి విమర్శలకు గట్టి సమాధానం ఇచ్చాడు. 1985లో విడుదలైన రక్తరేఖ కవితా సంపుటిలోని చిత్రాలు చూసిన ఎందరో ఎగబడి కొనుక్కున్నారు. 4000 కాపీలు అమ్మడయి ఇప్పటికీ బహుశా ఎప్పటికి ఓ రికార్డ్‌గా మిగిలి ఉంటుందేమో.

ఈ సమయంలోనే ప్రభాకర్‌ను క్షయ చుట్టుముట్టింది. ఎడతెరిపి లేని దగ్గు,అడుగు కదలనివ్వని ఆయాసం,రక్తం ముద్దలుగా పడుతున్నరోజుల్లోనూ.. ఆయన కవిత్వాన్ని రాయడం ఆపలేదు..మృత్యువు దాడి చేసిన రోజు కూడా అక్షరాలకు జీవం పోశాడు. 'ఎల్లలు లేని/ కవితాకాశంలో/ ఎవరెవరి బాధలైనా/రాస్తా../ క్షమించండి/ నా ఒక్కడివి మాత్రం/ దాస్తా... అని దగ్ధమయ్యే బాధలను కూడా దిగమింగాడు. 'నా కవిత్వం బ్యాంకులో/ దాచే/ అక్షర లక్షలన్నీ/ అక్షరాలా/ మీకే' అని వీలునామా రాసి జన్మదినం రోజే కన్ను (పెన్ను) మూసిన కవి అలిశెట్టి ప్రభాకర్.

నేడు ఆయన నగర జీవితం అనే పేరుతో బడిపిల్లలకు చేరువయ్యాడు. నిప్పుకణికల్లాంటి అక్షరాలతో ఉషోదయపు భానుడిలా నవ్యపథానికి మార్గదర్శి అయ్యాడు. కొత్తగా కలం పట్టిన ప్రతివారు తప్పక చదవాల్సింది అలిశెట్టి ప్రభాకర్ కవిత్వాన్నే.

(జనవరి,12,2017 నేటి నిజం పత్రిక)

నిత్య చైతన్య ఝరి

శ్రీరంగం శ్రీనివాసరావు అంటే కొందరికే తెలుస్తోంది. అదే శ్రీ శ్రీ అంటే విప్లవమై ధ్వనిస్తుంది. గురజాడ - తన అడుగుజాడ యంటూ సాంప్రదాయక గ్రాంథిక శైలిని, ఛందస్సును ప్రక్కకు పెట్టి, వాడుక భాషలో అభ్యుదయ కవితా విహంగాన్ని గగన సీమలో వదిలిన మొదటి విప్లవ కవి శ్రీశ్రీ. 20వ శతాబ్దపు తెలుగు సాహిత్యాన్ని శాసించిన మహాకవి. ఆయన అభ్యుదయ కవితాప్రయోగం కార్మిక కర్షక వర్గమై నిలిచింది. శ్రీశ్రీ శకం

మొదలయ్యాకే మన తెలుగు జాతీయత, తెలుగు నుడికారం, దాని అస్తిత్వం ఆ జానపద సాహిత్యంలో విస్తృతంగా కనబడడం మొదలయ్యింది.

మిగితా ద్రవిడ భాషా సాహిత్యాలు తమిళం, కన్నడం,మళయాళం కూడా ప్రాచీనమైనవి, ప్రసిద్ధమైనవి అయినా, తెలుగు సాహిత్యానికి ఒక ప్రత్యేకత ఉన్నది. మనది అజంత భాష. అందుకే పాట అయినా, కవిత్వం అయినా అచ్చులతో ముగుస్తుంది. అది మన తెలుగు భాష గొప్పతనం. దానివల్ల..తెలుగు సాహిత్యానికి ఒక మధురిమ సంతరించుకున్నది. తెలుగుసాహిత్యవనిలో ఈ శతాబ్దం నాది అని సగర్వంగా చాటుకున్న శ్రీశ్రీ సినిమా రంగంలో కూడా అదే బాణి పలికించారు. తన కవితాగ్ని నుండి సమసమాజాన్ని స్వప్నించారు. సమసమాజ నిర్మాణం అంటే ఆయన దృష్టిలో పేదవాని బ్రతుకుల మీద పడి వారి జీవితాలలో మార్పు తేవడమే తన ధ్యేయంగా పెట్టుకుని మహాప్రస్థానాన్ని సాగించారు.

మరో ప్రపంచం
మరో ప్రపంచం
మరో ప్రపంచం పిలిచింది
పదండి ముందుకు,
పదండి త్రోసుకు!
పోదాం పోదాం పై పైకి..
కదం త్రొక్కుతూ
పదం పాడుతూ
హృదంతరాళం గర్జిస్తూ
పదండి పోదాం
వినబడలేదా
మరోప్రపంచపు జలపాతం??

అని శ్రీశ్రీ కార్మిక, కర్షక, శ్రామిక వర్గాలను ఉత్తేజపరుస్తూ, నూతనోత్సాహం కలిగిస్తూ ఉగ్రరూతలూగిస్తూ అభ్యుదయ కవితా గీతాలను వ్రాసినాడు. శ్రీశ్రీ బాణి ఈనాటివారికీ, భావితరాల వారికి కూడా వాణి. ఆయన కవితాగ్నులు నుండి

వెలువడిన వెలుగించిన చైతన్య జ్యోతులు భావితరాలకు వెలుగుదారులయ్యాయి. ఇప్పటికీ శ్రీశ్రీ సాహిత్యపరిమళాన్ని తమ గీతాలకు అద్దుతున్నవారెందరో ఉన్నారు.

"నేను సైతం ప్రపంచాగ్నికి సమిధనొక్కటి ఆహుతిచ్చాను
నేను సైతం విశ్వవృష్టికి అశ్రువొక్కటి ధారపోశాను
నేను సైతం భువన ఘోషకు వెర్రి గొంతుక విచ్చి మోశాను
నేను సైతం ప్రపంచాగ్నికి సమిధనొక్కటి ఆహుతిచ్చాను"

నేను సైతం నేనుసైతం అనే ఈ కవితా పరిమళం పలుచిత్రాల్లో పరిమళించింది. కె బాలచందర్ దర్శకత్వంలో రుద్రవీణ సినిమాలో ఇళయరాజా ఈ పరిమళాన్ని తన స్వరాలకు మిళితం చేసారు. ఇదే కవితలోని మకుటం. వి.వి వినాయక్ తెరకెక్కించిన ఠాగూర్ సినిమాలో అశోక్ తేజ కలానికి ప్రాణం పోసింది. ఈ పాట జాతీయస్థాయి పురస్కారం అందుకుంది. సినిమా రంగంలోకి రాకముందే గొప్ప పేరున్న కవి ఆయన. సామాన్యులకు తన కలం బలంతో నిలబడి వారికి మరో ప్రపంచాన్ని చూపించిన మహా నాయకుడు. ఆయన కవిత ఒక్కొక్కటి బూర్జువాలను కదిలించినా, అందరి సాహితీ ప్రియులను రంజింపజేసింది.

1910లో పూడిపెద్ది వెంకట రమణయ్య, అప్పలకొండ దంపతులకు జన్మించిన మహాకవి శ్రీ రంగం సూర్యనారాయణకు దత్తుడగుటచేత ఇంటిపేరు శ్రీరంగంగా మారింది. ఈయన ప్రాధమిక అభ్యాసం విశాఖపట్నంలోనే ప్రారంభమయి, 1925 లో ఎస్ఎల్సీ పాస్ అయ్యారు. అదే సంవత్సరం వెంకటరమణమ్మతో వివాహం జరిగింది. 1931లో మద్రాసు విశ్వవిద్యాలయం నుండి జంతుశాస్త్రంలో బి.ఏ పట్టా పొందారు. 1935 లో మిసెస్ ఏ.వి.స్ కాలేజీలో డిమాన్‌స్ట్రేటర్‌గా, 1938లో మద్రాసు ఆంధ్ర ప్రభలో సబ్ ఎడిటర్‌గా, తర్వాత ఆకాశవాణి, మిలిటరీ, నిజాము నవాబు వద్ద, ఆంధ్ర పత్రికలో వివిధ ఉద్యోగాలు చేశారు. 1933 నుండి 1940 వరకు ఆయన రాసిన మహాప్రస్థానం, జగన్నాధుని రధచక్రాలు, గర్జించు రష్యా వంటి గొప్ప కవితలను సంకలనం చేసి మహాప్రస్థానం అనే పుస్తకంగా ప్రచురించారు. తెలుగు సాహిత్యపు దశనూ, దిశనూ మార్చేసిన

పెను సంచలనం మహాప్రస్థానం. మహాప్రస్థానంపై మార్క్సిజం ప్రభావం ఉన్నప్పటికీ అది రాసే సమయానికి మార్క్సిజం గురించి తెలియదని చెప్పేవారు. 1947లో మద్రాసులో స్థిరపడ్డారు. 1956లో 'సరోజ'ను రెండవ వివాహం చేసుకున్నారు. తన రచనావ్యాసంగాన్ని కొనసాగిస్తూ ఎన్నో సినిమాపాటలు, మాటలు రాశారు. అల్లూరిసీతారామరాజు సినిమాలో తెలుగువీరలేవరా అనే పాట ఒక ఆణిముత్యం. అనంతం పేరుతో తన జీవితపు ముఖ్య ఘట్టాలను, ఒడిదుడుకులను ఆత్మకథగా రాశారు. అందులోనే తన సమకాలీన కవులను, రచయితలను, ప్రసిద్ధ వ్యక్తులను పరిచయం చేశారు.

ఖమ్మం పట్టణంలో మహాకవి శతజయంతిని పురస్కరించుకొని ఏడాది పాటు నిర్వహించిన ఉత్సవాలు నాటి విద్యార్థులకు ప్రేరణ. ఆ ఉత్సవాలలో వాలంటీర్ గా పనిచేసిన నేను మహాకవి కవిత్వంలోని గాఢతను, శబ్దసౌందర్యాన్ని వక్తల ఉపన్యాసాలతో తెలుసుకున్నాను. మహాప్రస్థానాన్ని పఠిస్తూ ఖమ్మం విద్యార్థిలోకం తీసిన ర్యాలీ "నభూతో నభవిష్యతి" అన్నట్టు సాగింది. మహాకవి కాంస్య విగ్రహ ఆవిష్కరణ సభ రాజకీయాలకు అతీతంగా ప్రతి ఒక్కరి పండగలా జరిగింది. మహాకవి సతీమణి సరోజా శ్రీశ్రీ, చలసాని ప్రసాద్ గారు వంటి వారిని దగ్గర నుంచి చూడటమే కాదు మాట్లాడటం ఒక గొప్ప అనుభూతి.

శ్రీశ్రీ లోని రెండు అక్షరాలు ఒకటి ప్రాసకు, ఒకటి శ్లేషకు ప్రతీకలు. ఆయన రాసిన కవితా ఓ కవితా, ఖడ్గసృష్టి తన కవిత్వములోని భావ సాంద్రతని తెలియజేస్తాయి. శ్రీశ్రీ అంటే ఏవిటో చెప్పడానికి మహాప్రస్థానం ఒక్కటి చాలు. అది చదువుతుంటే మనలో రక్తం ప్రవహించదు, ఆయన అక్షరాలు ప్రవహిస్తాయంటే సత్యదూరమేమాత్రం కాదు. శ్రీశ్రీ చమత్కారి, ప్రజాకవి, పాటల రచయిత, మాటల రచయిత, నాటికల రచయిత, హేతువాది, నాస్తికుడు, ఏం మాట్లాడినా నిశ్చితంగా, ఖచ్చితంగా కుండబద్దలుకొట్టినట్లు చెప్పేవారుట. ఆయన సాహితీ సేవలకు గానూ ఖడ్గసృష్టి కావ్యానికి 1966లో సోవియట్ ల్యాండ్ నెహ్రూ అవార్డ్, 1973లో కేంద్ర సాహిత్య అకాడమీ అవార్డ్, 1979లో శ్రీరాజాలక్ష్మీ ఫౌండేషన్ వారి మొదటి అవార్డ్‌ను అందుకున్నారు. మహాప్రస్థానానికి ముందుమాట రాసిన చలం.. శ్రీశ్రీ యొక్క కవితా

తత్వాన్ని ఎలా వివరించారంటే, కృష్ణశాస్త్రి తన బాధని ప్రజలలో పెడితే, శ్రీశ్రీ ప్రజలందరి బాధని తనలో పెట్టుకున్నాడని అంటారు. శ్రీశ్రీ కి ముందు ఉన్న కవిత్వం వేరు, శ్రీశ్రీ తర్వాత వచ్చిన కవిత్వం వేరు. శ్రీశ్రీకి ముందు కవిత్వం ఏ రాజభక్తినో, దేవతా భక్తినో పోలిఉంటే, గురజాడ వచ్చాక కవిత్వంలో దేశభక్తి చోటుచేసుకున్నది. "దేశమంటే మట్టి కాదోయ్, దేశమంటే మనుషులోయ్" అని. శ్రీశ్రీ వచ్చాక అది ప్రజాపథమై కదం తొక్కింది.. తొక్కుతోంది. అందుకే శ్రీశ్రీ అంటుండేవారు, గురజాడగారు రోడ్డువేస్తే, తాను ఆ రోడ్డును వెడల్పు చేశానని. పదండిముందుకు పదండిపోదాం, పదండి త్రోసుకు పోదాం అని చెప్పి ఆయన కవిత్వాన్ని ప్రజాపథం వైపుకు త్రోసాడు. ఈ శతాబ్దం నాది అని ఆయన అన్నప్పుడు దానిపై కొన్ని చర్చలు జరిగినా, 100 సంవత్సరాలు అయిన తర్వాత కూడా శ్రీశ్రీ ఇంకా ఇప్పటికీ చర్చనీయాంశుడుగా మిగిలాడంటే, ఖచ్చితంగా ఈ శతాబ్దం నాది అన్నమాట అక్షర సత్యం.

శ్రీశ్రీ ఒక మహాసముద్రం. సముద్రంలో ఎన్ని బిందువులు ఉన్నాయో లెక్కపెట్టగలమా? అలాగే ఆయన కవితా నేపథ్యాన్ని కూడా అర్ధంచేసుకోవడం అనితరసాధ్యం. శ్రీశ్రీ రాసిన ఒక కవిత్వంలో రుద్రాలిక, నయనజ్వాలిక, కలకత్తాకాళిక అనే పదాలు ఎరుపువర్ణాన్నిగుర్తుచేస్తూ, ఆయనొక అచ్చమైన లెఫ్టిస్ట్ అనేటటువంటి భావనను కల్పిస్తుంది. ఎందుకు? ఆ మహాప్రస్థాన సమయంలో ఎన్నో దేశరాజకీయ మార్పులకు ఆ దశాబ్దం నాంది పలికింది. ముఖ్యంగా మూడు విషయాలు ఆ దశాబ్దాన్ని కుదిపింది. 1929లో ఒక ఆర్థిక సంక్షోభం సంభవించింది. న్యూయార్క్ స్టాక్ మార్కెట్ కుప్పకూలింది. అందువల్ల ప్రపంచమంతా పేదరికం, దారిద్ర్యం తాండవించింది. అందుకే దాన్ని "ఆకలి దశాబ్దం" అని కూడా అనేవారు. ఆ సమయాల్లో ఆయన రాసిన గీతాలలో ఆ ఆకలి, వేదన కనబడుతుంది. దానికి మరోప్రక్క, ఇలా పెట్టుబడిదారీతనం అంతా కూలిపోయినప్పుడు సోవియట్ యూనియన్ మాత్రం ప్రణాళికలు వేసింది. అభివృద్ధిపథంలో సాగింది. అందుకే మళ్ళీ ఒక ఆశ తలెత్తడం వల్ల మహాప్రస్థాన కావ్యంలో ఆ ఆశ కూడా వ్యక్తమవుతుంటుంది. ఈ రెండు ప్రభావాలను మించి, స్పానిష్ అంతర్యుద్ధం (1936-1938), రెండవ ప్రపంచ

యుద్ధానికి ముందు, అది కూడా రెండవ ప్రపంచ యుద్ధానికి ఒక రీజన్. ఈ స్పానిష్ అంతర్యుద్ధంలో ప్రపంచవ్యాప్తంగా కవులు, కళాకారులు, మేధావులు అందరూ పాల్గొన్నారు. క్రిస్టోఫర్ కార్డ్వెల్ లాంటి వారు ప్రాణాలను కూడా కోల్పోయారు. స్పానిష్ అంతర్యుద్ధంలో ఫ్రాంకో చూపిన నియంతృత్వ చర్యలను బేస్‌గా తీసుకుని, శ్రీశ్రీ రాసిన దేశచరిత్రలు గీతాన్ని గనుక చదివితే బాగా అర్ధమవుతుంది. కాబట్టి ఆయన లెఫ్టిస్ట్ అవ్వడం అనేది లేదా విప్లవ కవిత్వం రాయడం అనేది అలా జరిగిపోయింది. ఆ దశాబ్దమే అటువంటిది. సముద్రంలో ఎన్నో బిందువులు ఉన్నట్లుగా, శ్రీశ్రీలో ప్రాచీన కవిత్వం కనబడుతుంది, శ్రామిక సౌందర్య చైతన్యం కనబడుతుంది, అలాగే విప్లవం కూడా కనబడుతుంది, ఆయన ప్రతిభ కూడా అలాంటిదే. కృష్ణశాస్త్రి, విశ్వనాథ వంటి ఆయన సమకాలీనుల స్పందన ఉంది, సరిగ్గా అప్పుడే సాగుతున్న దేశరాజకీయ ప్రజాపోరాటాల స్పందన కూడా ఉంది. అందుకే ఆయన్ను, ఆయన కవితా సంపత్తుని ఒక దానికి అని ఫిక్స్ చేసి చూడలేము, అందుకే చాలామంది చెప్పినట్లు ఆయన ఒక మహార్ణవము.

నేను సైతం.. అనే దాంట్లో ఒక ఆశావాద దృక్పథం కనిపిస్తుంది. ఇంకోవైపేమో ఏ దేశచరిత్ర చూసినా ఏమున్నది గర్వకారణము అని ఏదో నిస్పృహాయతతో మొదలైనట్లుగా అనిపిస్తుంది. కానీ నేను సైతం అనేదానికి ఒక సందర్భం ఉంది. మహాప్రస్థాన పరంపరలో ఇది మొదటి గీతం.నేను సైతం సమిధనై ఆహుతిచ్చాను అనేదానిలో గొప్ప భావం ఉంది. ప్రతి వ్యక్తికీ ఒక అస్థిత్వ సంఘర్షణ అనేది ఉంటుంది. ఆ గీతంలో వ్యక్తికి సమాజం, సమాజం వ్యక్తికి ఉన్న పాత్ర అనే ధ్వని కనిపిస్తూ ఉంటుంది..సమిధనయ్యాను, సమిధనొక్కటి ఆహుతిచ్చాను అనేది చాలా ముఖ్యమయినది. మనకున్న ఈ వర్ణ సమాజంలో సమిధనిచ్చే అర్హత కేవలం అగ్రవర్ణాలవారికి మాత్రమే ఉన్నది. కానీ ప్రతిఒక్కరూ ఇవ్వొచ్చనే మాటను కవి పలికించారు. కవిత ఇలా ఆర్తితో మొదలయి, చివరలో నేను సైతం భువన భవనపు బావుటానై పైకి లేస్తాను అని చెబుతూ ఒక ఆత్మవిశ్వాసంతో ముగిస్తున్నాడు. భువనభవనపు బావుటాను పైకి ఎత్తినప్పుడు ఏమి కనబడింది?? వెంటనే పదండి ముందుకు పదండి పోదాం అంటూ..కనబడలేదా మరోప్రపంచం, అగ్నికిరీటపు

ధగధగధగలు, హోమజ్వాలల భుగభుగలు, ఎర్రబావుటా నిగనిగలు. ఇలా శ్రీశ్రీ కవిత్వ లహరిలో సహజమైన పరిణామక్రమం కనబడుతుంది. ఇలామహా ఆవిష్కరణలు సిద్ధాంతాలలో గాని, సృజనాత్మకతలో గాని ఆనాటి చారిత్రక, రాజకీయ, సామాజిక రంగాలలో వచ్చే మదనానికి ఒక కలగలుపుగా ఒక మహాశక్తిగా శ్రీశ్రీ వెలుగొందారు. ఏదేశచరిత్రచూసినా ఏమున్నది గర్వకారణం అనడంలో ఏ మాత్రం నిస్పహాయత లేదు. ఏ దేశ చరిత్ర చూసినా ఏమీ లేదు, సామ్రాజ్య తిరుగుబాట్లలో, తాజ్ మహల్ నిర్మాణాల్లో ఒక సామాన్యుని తెగింపు ఉంది, దానిపై జరిగేమోసాలు ఇంకానా, ఇకపై చెల్లవు అన్నాడు. ఇతరేతర శక్తులేలేస్తే, సామ్రాజ్యపు చట్టాలు పేక మేడల్లా కూలిపోవాల్సిందే అన్నాడు.

శ్రీశ్రీ కవితా ఒరవడిని చూస్తే, ఆయన ఎలా మొదలుపెట్టినా చివరికి ఆశాజనిత పోరాటపటిమ కనిపించి తీరుతుంది కవిత్వంలో. 14వ యేటే కవిత్వం రాయడం ప్రారంభించినా, 16 ఏండ్లకు కానీ అది పుస్తకరూపం దాల్చలేదు. అది మొదలు చివరి వరకు తన కలానికి విరామం ఇవ్వలేదు. మహాప్రస్థానం తర్వాత, ఖడ్గ సృష్టిలోనూ అనేకానేక ప్రయోగాలు చేశారు. 1954 లో వెలువడిన శరచ్చంద్రిక గీతంలో ఆశావాద ధృక్పథాన్ని తెలియజేస్తుంది. ఇదిగో జాబిల్లి, మావాళ్ళు మీ ఇంటికి వస్తారు. ఆదరిస్తావు కదూ?? అప్పటికి మానవుడు చంద్రమండలానికి వెళ్ళలేదు. మరి ఎంత స్ఫురద్రూపి, ఆశా కవో చూడండి. ఆయన కవిత్వంలో భవిష్యత్తును కూడా దర్శిస్తారు. తనకాలానికి తను ప్రాతినిధ్యం వహిస్తూ, అన్నికాలాలో కూడా ప్రతిధ్వనించగలవాడే మహాకవి. అటువంటి విలక్షణమైన గుణాన్ని కలిగి ఉండడం వల్ల శ్రీశ్రీ ఒక మహా కవి అయ్యారు.

శ్రీశ్రీ సమాజంలోని భావాన్ని తీసుకున్నారు. ఆ భావానికి ప్రజా భాష అద్ది, ప్రజలకు అందించారు. ఆయన వాడిన భాష ఒక శక్తివంతమైన వ్యక్తీకరణ. మహాప్రస్థానం, మరో ప్రపంచం అనేది ఎప్పుడో చనిపోయిన తర్వాతఎక్కడోలేదు, కాల్చే ఆకలి కూల్చే వేదన అనేది లేకుండా సాధించుకుంటే మరోప్రపంచాన్ని ఇక్కడే సృష్టించుకోవచ్చు అన్నాడు. ఆయన రాసిన జగన్నాధ రధ చక్రాలు తీసుకుంటే ప్రజాచైతన్యపోరాటంతో జగన్నాధరధచక్రం ముందుకు వెళ్ళాలంటాడు. అలాగే

కనకదుర్గ చండ సింహం జూలుదులిపి ఆవులించి, కనకదుర్గ మీద ఆమె వాహనం తిరుగుబాటు చేసిందని, శివుని మీద నంది తిరుగుబాటు చేసాడని.. అంటే శ్రీశ్రీ యొక్క మరో ప్రపంచ దృష్టిలో ఒక్క మానవుడే కాదు, దేవుళ్ల యొక్క వాహనాలు కూడ తిరుగుబాటు చేసాయి. పుడమితల్లికి పురిటి నొప్పులు అని అభివర్ణిస్తాడు, అంటే కొత్తపుడమి పుట్టబోతున్నది అని. ఇలా తన భాషతో క్రొత్త క్రొత్త ప్రయోగాలు చేస్తూ, శక్తివంతమైన వ్యక్తీకరణలు చేసారు.

అలాగే ఎముకలు కుళ్ళిన వయసుమళ్ళిన సోమరులారా చావండి, నెత్తురు మండి శక్తులు నిండిన సైనికులారా రారండి అని..అంటే అలాగని ముసలవాళ్ళందరినీ చావమని కాదు. తనగురించి తాను చెప్పుకున్నాడు. నేను ముసలి వాణ్ణికాదు, అసలు వాడిని, అందుకునే ఆకాశపు కొసలువాడిని, పడగెత్తిన త్రాచుపాము బుసలవాడిని, పీడితులను వెంటేసుకుని మసలువాణ్ణి అని..అలాగే కుర్రాళ్ళని గురించి కూడా చెప్పాడు. కొంతమంది కుర్రవాళ్ళు పుట్టుకతో వృద్ధులు అని. అంటే ఆయన దృష్టిలో వయసు ప్రధానం కాదు, ఆశయం గొప్పది అని!! మళ్ళీ అదే గీతంలో యూత్ అనేది యూత్ కాదు నాయనా, నాన్నగారి, తాతగారి భావాలకు దాసులు నేటి నిజం చూడలేని కీటక సన్యాసులుగా ఉంటే, అదే మరి కొంతమంది యువకులు ముందుయుగం దూతలు, పావన నవజీవన బృందావన నిర్మాతలు, వారికి నా ఆహ్వానం వారికి నా సాల్యూట్ అన్నాడు. అంటే నూతనత్వానికి ఆయన ఇచ్చే నిర్వచనానికి ఈ గీతాలన్ని మచ్చుతునకలు. నూతనత్వాన్ని ఆహ్వానించి, కదం తొక్కించగలిగే శక్తివంతమైన ఆశయం ముఖ్యం తప్ప వయసు కాదు అని గొప్పగా వివరణ ఇచ్చారు.

శ్రీశ్రీ కవితల్లో కేవలం తూటాల్లాంటి మాటలు మాత్రమే ఉన్నాయనుకుంటే అది పొరపాటే. ఆయన సినిమాపాటల రచయిత కూడా కదా, ఇలవేలుపు సినిమాలో 'చల్లని రాజా ఓ చందమామా' అనే చల్లని గీతం ఈనాటికీ కూడా మరపురానిది. 'అలాగే జోరుగా హుషారుగా షికారు పోదమా' అంటూ చిలిపిదనాన్ని పలికించగలిగిన సమర్థుడు. అలాగే 'నా హృదయంలో నిదురించే చెలీ' అంటూ ప్రియురాలిని కవ్వించి, ప్రేమించ గలిగే ప్రేమికుడు కూడా. అలాగే బ్రతుకన్నది కల కాదని, అది ఎంతో

విలువైనది అని కూడా తన రచనలలో తెలియపరిచారు. ఏదీ తనంత తానై నీ దరికి రాదోయ్, శోధించి సాధించాలి అదియే ధీరగుణం అని ఒక లక్ష్యాన్ని నిర్దేశించగల కలం మనిషి. ఆయన భావాలకు అసలు అంతేలేదు. వెలుగునీడలు చిత్రం కోసం 'కల కానిది విలువైనది బ్రతుకు కన్నీటి ధారలలోనే బలి చెయ్యకూ అంటూ ఆయన కలం ఆత్మబలాన్ని పెంచింది. ప్రభవంతో తెలుగు సాహిత్యావనిలో విరబూసిన ఆ కవితావిరి మహాప్రస్థానం సాగిస్తూ జూన్ 15, 1983లో మరోప్రపంచానికి అడుగు పెట్టింది.

(ఏప్రిల్ 2010 శ్రీశ్రీ శత జయంతి సందర్భంగా)

పిల్లల కథల పతాకం

తెలుగు సాహిత్యంలో బాలసాహిత్యానికి విశిష్టస్థానం ఉంది. నేటి బాలలే రేపటి పౌరులు అన్న నానుడిని నిజం చేయగల శక్తి బాలసాహిత్యానికుంది. అంతటి ప్రాధాన్యత గలిగిన బాలసాహిత్యంలో గత రెండున్నర దశాబ్దాలుగా కృషి చేస్తూ రెండు తెలుగు రాష్ట్రాల్లోను ప్రత్యేక గుర్తింపు పొందిన వ్యక్తి పెండెం జగదీశ్వర్.

అందున తెలంగాణ ప్రాంతం గర్వించదగిన బాలసాహితీవేత్తల్లో ఒకరైన జగదీశ్వర్ యాదాద్రి భువనగిరి జిల్లాలో 1976 జూన్ 28న

రామన్నపేట మండంలంలోని కొమ్మాయిగూడెం గ్రామంలో జన్మించారు. వృత్తిరీత్యా తెలుగు ఉపాధ్యాయులుగా రామన్నపేటలో స్థిరనివాసం ఉన్నప్పుడే కథలు రాసి పత్రికలకు పంపించడం ప్రారంభిన ఆయనకు మొదట నిరాశే ఎదురైంది. ఏ ఒక్క కథ అచ్చుకి నోచుకోలేదు. అయినా నిరుత్సాహపడకుండా తన ప్రయత్నాన్ని కొనసాగించేవారు. అలా ఆరేళ్ళ సుదీర్ఘ ప్రయత్నాల తరువాత 1994 లో విద్యార్థి చెకుముకి బాలల సైన్స్ మాసపత్రికలో భాస్వరలీలలు కథతో తొలిసారిగా పాఠకలోకానికి పరిచయమయ్యారు. ఆ తర్వాత ఇక వెనుదిరిగి చూసుకునే అవసరం సాహిత్య లోకం ఆయనకు ఇవ్వలేదు అంత బాగా సాహిత్యంతో సుస్థిర స్థానాన్ని బాలసాహిత్యం కల్పించింది. తెలుగులో వస్తున్న దాదాపు అన్ని బాలల పత్రికలలోను జగదీశ్వర్ కథలు ప్రచురించబడ్డాయి. జగదీశ్వర్ రచించిన కథలలో ఆనందవృక్షం, పసిడి మొగ్గలు, ఉపాయం, బాలల కథలు, తాను తీసిన గోతిలో, గజ్జెల దయ్యం, చిన్ని కోరిక, మాయా ఉంగరం, మాతో పెట్టుకోకు, మరుగుజ్జు సాహసం, మాయాటోపి, అమ్మాయే చదివితే మొదలైన ఎన్నో పుస్తకాలు వెలువరించారు.

ప్రముఖ ముద్రణా సంస్థలు జగదీశ్వర్ పుస్తకాలను ప్రచురించి పాఠకలోకానికి అందుబాటులో ఉంచాయి. బాలసాహిత్యంలో జానపద కథలది ప్రత్యేకమైన స్థానం ఉంది. ఎందుకంటే 1997 నుండి ఆ కథల సేకరణను చేపట్టి 130 కథలతో జానసద కథలు, ముగ్గురు అవివేకులు అనే పుస్తకాలు ప్రచురించారు. అంతేగాక తెలంగాణవాసిగా పిల్లల కోసం 'ఇంటిభాష'లో కథలు రాసి మనసుల్ని గెలిచిన విజేత బాలల కథకుడు పెండెం జగదీశ్వర్. పాఠశాల విద్యార్థులు తరుచుగా చెప్పుకునే ఇరవై జానపద హాస్యకథలతో బడిపిలగాల్లకతలు (2015) అనే పుస్తకాన్ని ప్రచురించారు. ముఖ్యంగా జన విజ్ఞాన వేదిక బాధ్యునిగా వైజ్ఞానిక, హేతు దృక్పథంతో రాస్తూ వస్తున్నాడు. జగదీశ్ లోని హేతువాద, వైజ్ఞానిక దృక్పథానికి నిదర్శనంగా నిలిచే పిల్లల కథల పుస్తకం 'గజ్జెల దయ్యం'.. ప్రజల్లోని మూడనమ్మకాలు, భయాలను కథల్లో బలంగా చూపిస్తూ దాని వెనుకవున్న కారణాన్ని లేదా హేతువును చూపించి చైతన్యం పర్చడం ఈ కథల్లో చూస్తాం. ఈ వైజ్ఞానిక దృక్పథానికి 2015లో 'తెలుగు విశ్వవిద్యాలయం బాల సాహిత్య పురస్కారం' లభించింది. ఇది తెలంగాణ

మాండలికంలో వచ్చిన తొలి బాలల కథాసంకలనంగా ప్రత్యేకతను సంతరించుకుంది.

పిల్లలకు తెలంగాణ భాషా సంస్కృతుల సౌందర్యాన్ని పరిచయం చేసిన గొప్ప ప్రయత్నంగా ఈ పుస్తకం పలువురి ప్రశంసల అందుకుంది. సాహిత్య సేవలో మరో మైలురాయిగా మహారాష్ట్ర ప్రభుత్వం ఆ రాష్ట్రానికి ఉపాధి నిమిత్తం వలస వస్తున్న తెలుగువారిలో అత్యధికమంది తెలంగాణ ప్రాంతం వారే ఉంటుండటం వల్ల అక్కడి పిల్లలకు తెలంగాణ భాషా సంస్కృతులను ప్రతిబింబించే రచనలు పాఠ్యాంశాలుగా ప్రవేశపెట్టాలని నిర్ణయించింది. ఆ మేరకు జగదీశ్వర్ బడిపిలగాల్ల కతలు లోంచి "నా కోసం యెవలేదుస్తరు ?" అనే కథను "ఉల్లిలొల్లి" పేరుతో ఆరవ తరగతి తెలుగుమీడియం ప్రథమ భాష తెలుగువాచకం బాలభారతిలోను "వొంకాయంత వజ్రం" అనే కథను ఇంగ్లీషు మీడియం ద్వితీయభాష తెలుగువాచకం సరళభారతిలో పాఠ్యాంశాలుగా ప్రవేశపెట్టింది. ఈ రెండు వాచకాలు 2016-17 విద్యా సంవత్సరం నుండి అమలులోకి వచ్చాయి. రాజీవ్ విద్యామిషన్ ఆధ్వర్యంలో ఆదిలాబాద్ జిల్లాలోని గోండి, కొలామి గిరిజన బాలల జానపద కథా సాహిత్యాన్ని సేకరించే కార్యక్రమంలో విషయనిపుణుడిగా వ్యవహరించారు.

అంతేగాక ఆర్వీయం బాలసాహిత్య పుస్తకాల రూపకల్పనలో రాష్ట్రస్థాయి ఎడిటింగ్ టీం సభ్యునిగా కొనసాగి వందలాది పుస్తకాలకు తుదిమెరుగులు దిద్దారు. నల్లగొండ జిల్లా ఆర్వీయం బాలల మాసపత్రిక జాబిలికి సంపాదకవర్గ సభ్యునిగా కొనసాగారు. పర్యావరణ స్పృహను కలిగిస్తూ జగదీశ్వర్ రాసిన చెట్టుకోసం కథను మహారాష్ట్ర ప్రభుత్వం ఆ రాష్ట్రంలోని ఆరవతగరతి తెలుగు మీడియం తెలుగు వాచకం పాఠ్యంశంగా ఉంది. సాహిత్య అకాడమీ ప్రచురించనున్న కథాసంకలనంలో చోటు దక్కించుకుంది. జగదీశ్వర్ రాసిన విముక్తి, పాడి తగ్గింది, బొబ్బరాగం, మిక్సి రిపేరు., మొదలగు పుస్తకాలను ప్రచురించింది. వారు సాక్షర భారత్ చదువుకుందాం వాచకరచనలో పాల్గొన్నారు. మనరాష్ట్రంలో అమలులో ఉన్న 3వ తరగతి తెలుగు (ప్రథమభాష) 6,7 తరగతుల తెలుగు(ద్వితీయ భాష) వాచకాల రూపకర్తలలో జగదీశ్వర్ కూడా ఒకరు. బెంగళూరులోని దక్షిణ ప్రాంతీయ సాహిత్య అకాడమి, నేషనల్ బుక్ ట్రస్ట్ ఇండియా, మైసూరులోని భారతీయ భాషాసంస్థల బాలసాహిత్యం

మీద నిర్వహించిన కార్యశాలలు, సదస్సులలో జగదీశ్వర్‌కు ప్రాతినిధ్యం కల్పించాయి. కార్టూన్లు గీయడంలో కూడా ప్రవేశమున్న జగదీశ్వర్ సామాజిక సమస్యల మీద సంధించిన నూటపదహారు కార్టూన్లతో 116 నవ్వులు అనే కార్టూన్ల సంకలనాన్ని ప్రచురించారు. బాలల కథా సామ్రాజ్యానికి రారాజుగా నిలిచి బాలల హృదయాలతో పాటు పాఠకుల హృదయాలను కొల్లగొట్టిన పెండెం జగదీశ్వర్ అంతర్ధానం కావడం శోచనీయం. బాల సాహిత్యానికి తన కలాన్ని అంకితం చేసిన జగదీశ్వర్ కృషికి గుర్తింపుగా హైదరాబాద్లోని బాలసాహిత్య పరిషత్, బాలసాహితీరత్న (2011) పురస్కారాన్నిఅందజేసింది. బాలసాహిత్యం ద్వారా బాలల సంపూర్ణ మనోవికాసంతో పాటు మాతృభాషాభిరుచిని, నైతిక విలువల్ని పరివ్యాప్తం చేసిన పెండెం జగదీశ్వర్ చిరస్మరణీయులు. బాలసాహిత్యానికి జగదీశ్వర్ మరణం ఒక తీరని లోటు.

తెలుగు సాహిత్యంలో బాలసాహిత్యానికి విశిష్టమైన స్థానం ఉంది. బాలల రచయిత గానే కాక బాలసాహిత్యానికి విశిష్టమైన సేవలందించి బాలసాహితీరత్న గా పేరుగాంచారు. దాదాపు 44 పుస్తకాల వరకు రచించారు. రాసిన కథలను అచ్చమైన తెలంగాణ మాండలికంలో రాస్తూ పల్లె భాషకు పట్టం కట్టారు.

వీరు రాసిన కథల్లో "ఆనంద వృక్షం" కథా సంపుటిలో 18 కథలు ఉన్నాయి. ఈ కథల్లో "చెట్టు కోసం" అనే కథ ద్వారా మానవుడు అన్ని రంగాల్లో దూసుకుపోతూ అభివృద్ధి పేరిట పర్యావరణ కాలుష్యానికి ఎలా కారణం అవుతున్నాడో చెప్తూ పిల్లల్లో ప్రకృతి పట్ల అవగాహన కల్పిస్తూ పిల్లలు చెట్టును కాపాడుకున్న విధానాన్ని రచయిత చెప్పడం జరుగుతుంది. మానవజాతికి రక్షణగా నిలిచే ప్రకృతి పట్ల అందరం బాధ్యతగా వ్యవహరించి చెట్లను నరికి వేయకుండా పర్యావరణాన్ని కాపాడుకోవాలి అని ఈ కథ ద్వారా సందేశాన్ని ఇచ్చారు. ఈ కథను మహారాష్ట్ర ప్రభుత్వం ఆరవ తరగతి పుస్తకం లో చేర్చడం జరిగింది.

"సెల్ టవర్" అనే కథలో ఈ ఆధునికయుగంలో ముందుకు సాగాలంటే సాంకేతిక పరిజ్ఞానం తప్పనిసరి అయింది దీని ద్వారా ఉపయోగం ఎంత ఉందో నష్టం కూడా అంతే జరుగుతుంది అని చెప్తూ సెల్ టవర్ల వల్ల పక్షులు వాటి ఉనికిని కోల్పోయే పరిస్థితి కలుగుతుందని చెప్పారు.

జగదీశ్వర్ బాలల కథా రచయితగానే కాకుండా భాషావేత్తలు చేసే పని కూడా చేశారు. అచ్చమైన తెలంగాణ మాండలికంలో "గమ్మతి గమ్మతి కథలు" అనే పేరుతో 20 కథలతో ఉన్నటువంటి కథా సంకలనాన్ని వెలువరించారు ఈ కథలన్నీ చమత్కారంగా ఉంటూ నీతిని తెలియజేస్తాయి. ఇందులో తీసుకున్న పదాలు పల్లె ప్రజలు మాట్లాడుకునే మాటల ద్వారా తెలంగాణ భాషా సౌందర్యాన్ని చాటిచెప్పాయి.

ఉదా:- పుంటికూర(గోంగూర), చారాన (పావలా), పాశం(పాయసం), లాంటి పదాలను వాడుతూ తెలంగాణ పల్లె ప్రజల వాడుక భాషకు జీవం పోశారు.

"ఉపాయం" అనే కథల సంపుటి ద్వారా 14 చిన్న కథలు రాశారు. "ఆదర్శ గురువు"అనే కథ ద్వారా గురువు అనే వాడు ఎలా ఉండాలో తెలిపారు. గురువు తాను సన్మార్గంలో నడుస్తూ నైతిక విలువలను పాటిస్తూ శిష్యులకు సరైన మార్గనిర్దేశనం చేయాలని చెప్పడం ఆ కథలో నీతి.

"గౌరవం" అనే కథలో పిల్లలు ఎదుటి వాళ్లను గౌరవించడం, పెద్దలను గౌరవించడం అనే నైతిక విలువలను పాటించడం వల్ల తాము ఎలా గౌరవాన్ని పొందుతారో చెప్పడం జరుగుతుంది.

"అత్త లేని కోడలు ఉత్తమురాలు
కోడల్లేని అత్త గుణవంతురాలు"

అనే సామెత జనవ్యవహారంలో ఉంది. అత్తా కోడళ్ళ మధ్య సామాన్యంగా విరుద్ధమైన భావన ఉంటుంది. గయ్యాళి అత్త కోడళ్ల ప్రవర్తనవల్ల ఏ విధంగా మారిపోతుందో "గయ్యాళి అత్త నలుగురు కోడళ్లు" అనే కథ ద్వారా అత్త కోడళ్ల అనుబంధాన్ని తెలియచేసారు.

"బాలయ్య సాలయ్య దొంగ" అనే కథ ద్వారా అపాయకరమైన పరిస్థితుల్లో ఉన్నప్పుడు ఉపాయం ద్వారా ఆ సమస్య నుండి ఏ విధంగా గట్టెక్కాలో చెప్తూ ఆ సంఘటనకు తగ్గట్టుగా సమయస్ఫూర్తిగా వ్యవహరించాలని చెప్తారు.

"పసిడి మొగ్గలు" కథా సంకలనం 13 కథలతో కూడుకొని ఉంది. అబద్ధాలు చెప్పడం ద్వారా దాని పరిణామాలు ఏ విధంగా ఉంటాయో చెప్తూ ఒక అబద్ధం

చెప్పడం ద్వారా ఆ అబద్ధం కప్పిపుచ్చుకోవడానికి ఎన్నో అబద్ధాలు ఆడవలసి వస్తుంది అనే నీతిని చెప్పారు.

"పసిడి మొగ్గలు" అనే కథ ద్వారా కలలు కనడం కాదు వాటిని సాకారం చేసుకోవడానికి శ్రమించాలి. కష్టేఫలి అనే విధంగా కష్టపడితేనే ఫలితం దక్కుతుందని ఈ కథ ద్వారా వివరించారు.

"యుక్తి" అనే కథ ద్వారా ఒక గ్రామంలో భయంకరమైన కరువు వచ్చినప్పుడు ఆ ఊర్లో కాకులన్నీ వేరే గ్రామాలకు వలసపోవడం జరుగుతుంది. కానీ ఒక ముసలి కాకి అదే ఊళ్ళో ఉంటూ ప్రతికూల పరిస్థితుల్లో కూడా తెలివిగా వ్యవహరించి ఆహారాన్ని సంపాదించుకుంటుంది. ఎలాంటి క్లిష్టపరిస్థితుల్లోనైనా యుక్తితో వ్యవహరిస్తే సమస్యను అధిగమించవచ్చు అనే సందేశం ఈ కథ ద్వారా చెప్తారు.

"స్నేహబంధం" అనే కథ ద్వారా స్నేహం యొక్క గొప్పతనాన్ని వివరిస్తారు. ప్రస్తుత సమాజంలో మనుషుల్లో మానవత్వం కరువైపోతుంది. రాక్షసంగా ఆలోచిస్తున్నారు. క్రూర మృగాలు ఆకలేస్తే ఇతర జంతువులను వేటాడి తింటాయి. కానీ మనిషి తన స్వప్రయోజనాల కోసం దేనికి వెనకాడకుండా మృగం కన్నా హీనంగా మారుతున్నాడు. ఈ "మానవ మృగం" అనే కథ ద్వారా మనుషులకన్నా జంతువులే నయం అని మనిషి తన స్వభావాన్ని మార్చుకోవాలని ఈ కథలో చెప్పారు.

అనేక రకాలైన పుస్తకాలు చదవడం ద్వారా లోకజ్ఞానం వస్తుందని దేన్నీ కూడా గుడ్డిగా నమ్మకుండా శాస్త్రీయంగా ఆలోచిస్తారని, "మంత్రాలకు చింతకాయలు రాలవు" అనే సత్యాన్ని గ్రహిస్తారు అని "ఒక జ్ఞానం" అనే కథలో చెప్పారు. దొంగ బాబాల చేతుల్లో మోసపోకుండా ఉండాలని ఈ కథ ద్వారా సందేశం ఇస్తారు. ఇలాంటి జ్ఞానాన్ని అందించే నైతిక విలువలతో కూడిన కథలు ఈ "పసిడి మొగ్గలు" కథా సంపుటిలో ఉన్నాయి. ఈ పుస్తకాన్ని జగదీశ్వర్ వారి తల్లికి అంకితమిచ్చారు.

"చిన్ని కోరిక" అనే కథల పుస్తకం ద్వారా ఒక్కో కథకు ఒక్కో రకమైన సందేశాన్ని అందించారు. ఈ పుస్తకం ద్వారా విద్యార్థులతో ముందుమాట రాయించడానికి శ్రీకారం చుట్టారు. విద్యార్థుల చేతమే వారి పుస్తకాలకు

ముందుమాటలు రాయించడం, పుస్తకావిష్కరణలు చేయించడం వీరి ప్రత్యేకత. ఈ పుస్తకానికి తమ విద్యార్థిని దేశపాక రేణుకతో ముందుమాట రాయించారు. రియల్ హీరో అనే కథ ద్వారా దేశాన్ని కాపాడే సైనికుడిని నిజమైన హీరోగా గుర్తించాలని, వారిపట్ల గౌరవమైన భావాన్ని కలిగి ఉండాలని, సైనికులను ఆదర్శంగా తీసుకొని దేశరక్షణకు తన వంతు బాధ్యతగా కృషి చేయాలని ఈ కథ ద్వారా చెప్తారు.

పిల్లల యొక్క అమాయకత్వం అయిన మనస్తత్వానికి ప్రతిబింబంగా చిన్ని కోరిక కథ ద్వారా నిరూపించారు. చిన్న పిల్లలు తమ కోరికలు నెరవేరితే తమ సంతోషానికి అవధులు ఉండవు అని ఈ కథలో పిల్లల నిర్మలమైన మనస్తత్వాన్ని చిత్రిస్తారు.

జానపద కథల్లో రకరకాల పేర్లతో ఉన్న దయ్యాల గురించి పెద్దలు కథలు చెప్తూ ఉంటారు. "గజ్జెల దయ్యం" అనే పేరు వినగానే పాఠకుల్లో చదవాలనే ఆసక్తి కలుగుతుంది. భ్రమ, గజ్జెల దెయ్యం, పిశాచి నవ్వు అనే ఈ మూడు కథల ద్వారా మూఢనమ్మకాలను నమోదు అనే ఒక సందేశం చెప్తారు. చదివేటప్పుడు ఎంతో ఆసక్తిని కలిగించి చివరకు హాస్యాన్ని కలుగచేస్తాయి. "అసలు విషయం", "కనువిప్పు" అనే కథల ద్వారా ప్రజల అమాయకత్వాన్ని ఆసరాగా తీసుకొని దొంగ బాబాలు ఎలా మోసం చేస్తారు తెలియజేశారు.

గ్రామీణ ప్రజలు అనారోగ్యం బారిన పడితే సొంత వైద్యం చేసుకుంటూ గ్రామ దేవతల మీద భారం వేసి ప్రాణాలమీదకు తెచ్చుకుంటారు. మూఢనమ్మకాల వల్ల తమను తామే మోసం చేసుకుంటున్నారని చెపుతారు.

ఈ "గజ్జల దయ్యం" కథాసంపుటి 12 కథలతో కూడుకొని ఉంది. ఇందులో ఉన్న ప్రతి కథ పిల్లల్లో, పెద్దల్లో ఉన్న అజ్ఞానాన్ని తొలగించి శాస్త్రీయంగా ఆలోచించాలి అనే సందేశాన్ని ఇస్తుంది. ఈ కథా సంపుటికి తెలుగు విశ్వవిద్యాలయం పురస్కారంతో సత్కరించింది.

జగదీశ్వర్ బాలల కథా రచయిత గానే కాకుండా కార్టూనిస్ట్‌గా కూడా ప్రసిద్ధి గాంచారు. కవిగా రచయితగా బాలసాహిత్యంలో కృషి చేయడమే కాకుండా

రాజీవ్ మిషన్ ఆధ్వర్యంలో వచ్చిన పుస్తకాలకు ఎడిటింగ్ సభ్యునిగా సేవలందించారు.

"జాబిలి" అనే మాస పత్రిక సంపాదక మండలి సభ్యునిగా సేవలందిస్తూ పిల్లలను ప్రోత్సహిస్తూ ఈ పత్రికకు కథలు రాయించేవారు. ఈ విధంగా పిల్లల్లో రచనల పట్ల ఆసక్తిని కలగజేసే వారు. బాలసాహిత్యానికి విశిష్టమైన సేవలందించిన వీరి కృషిని ఆదర్శంగా తీసుకుని బాల సాహిత్యంపై మరిన్ని పరిశోధనలు జరగాలి. పిల్లల్లో బాల్యదశలోనే పుస్తక పఠనం పట్ల, రచనల పట్ల ఆసక్తి కలిగే విధంగా ఉపాధ్యాయులు తీర్చిదిద్ది కవులుగా రచయితలుగా తయారుచేయాలి. బాలసాహిత్యంలో సేవలందిస్తున్న సాహితీవేత్తలకు వీరి పేరు మీద అవార్డులను అందజేయాలి. జగదీశ్వర్ బాలసాహిత్యంలో చేసిన కృషి చిరస్మరణీయంగా నిలిచిపోతుంది.

బాల సాహిత్యానికి తన కలాన్ని అంకితం చేసిన జగదీశ్వర్ కృషికి గుర్తింపుగా హైదరాబాద్లోని బాలసాహిత్య పరిషత్, బాలసాహితీరత్న (2011) పురస్కారాన్నిఅందజేసింది. బాలసాహిత్యం ద్వారా బాలల సంపూర్ణ మనోవికాసంతో పాటు మాతృభాషాభిరుచిని, నైతిక విలువల్ని పరివ్యాప్తం చేసిన పెండెం జగదీశ్వర్ చిరస్మరణీయులు. బాలసాహిత్యానికి జగదీశ్వర్ మరణం ఒక తీరని లోటు.

(ఆగస్టు, 2018, మోదుగుపూలు మాస పత్రిక)

మనిషికి మనిషన్న భయం

తాజ్‌మహల్ నిర్మాణానికి రాళ్లెత్తిన కూలీలెవరు అని శ్రీశ్రీ అంటే, అదే రీతిలో 'తోడికోడళ్లు' సినిమాలో కారులో షికారుకెళ్లే అన్న పాటలో.. "చలువరాతి మేడలోన కులుకుతావే కుర్రదానా, మేడకట్టిన చలువరాయి. ఎలా వచ్చెనో చెప్పగలవా.. కడుపు కాలే కష్ట జీవులు ఒడలు విరిచి గనులు తొలిచి చెమట చలువను చేర్చి చేర్చి తీర్చినారు తెలుసుకో" అంటూ కథానాయకుడితో చెప్పించిన సామ్యవాది ఆత్రేయ. చాలా మంది ఈ పాట శ్రీశ్రీ రాశారేమో అనుకుంటారు. అలాగే 'ఆకలి రాజ్యం' సినిమా అంతా శ్రీశ్రీ మహాప్రస్థానం వల్లెవేస్తూ హీరో కనిపించినా.. "సాపాటు ఎటూ లేదు పాటైనా పాడు బ్రదర్" పాట ఆనాటి నిరుద్యోగ పరిస్థితుల మీద ఆత్రేయ సంధించిన వ్యంగ్యాస్త్రం. అదే పాటలో "ఈ పుణ్యభూమిలో పుట్టడం మన తప్పా ఆవేశం ఆపుకోని అమ్మా నాన్నదే తప్పా" అని సూటిగా సమాజాన్ని ప్రశ్నించింది. అలా రాయడం ఆయనకే చెల్లింది. ఆ పాట ప్రాసంగికత నేటికీ

ఉంది. 75 ఏండ్ల స్వతంత్ర దేశంలో ఇంకా ఆకలి రాజ్యం పరిస్థితులే నెలకొని ఉన్నాయంటే అతిశయోక్తి కాదు. ఆత్రేయ తొలినాళ్ల నుంచి అభ్యుదయ భావాలతోనే పెరిగాడు. అన్యాయాలను దునుమాడేవాడు. లోకంలోని చెడ్డను ఏవగించుకునేవాడు. పదమూడేండ్ల వయసులో 'దేవుళ్లదంతా అన్యాయమే' అంటూ తొలి కవితతో కలాన్ని ఝుళిపించారు. దేవుళ్లు న్యాయంగా వ్యవహరిస్తే ఈ లోకం ఇలా ఎందుకు వుంటుందని ఆయన ప్రశ్న.

ఆచార్య ఆత్రేయ అసలు పేరు కిళాంబి వేంకట నరసింహాచార్యులు. 1921 మే 7న నెల్లూరు జిల్లా సూళ్ళూరు పేట సమీపంలోని మంగళం పాడు గ్రామంలో జన్మించారు ఆత్రేయ. చదువుకొనే రోజుల్లోనే ఆదర్శ భావాలు పలికిస్తూ పాటలు, నాటకాలు రాసి అలరించారు. 'క్విట్ ఇండియా ఉద్యమం'లో పాల్గొనడానికి చదువును వదిలేశారు. జైలుకు వెళ్ళారు. విడుదలై వచ్చాక 'జమీన్ రైతు' పత్రికలో అసిస్టెంట్ ఎడిటర్ గా పనిచేశారు. ఆత్రేయ కలం నుండి జాలువారిన పలు నాటికలు, నాటకాలు జనాన్ని విశేషంగా ఆకట్టుకున్నాయి. వాటిలో "భయం, విశ్వశాంతి, కప్పలు, గౌతమబుద్ధ, అశోక సమ్రాట్, పరివర్తనం, ఎదురీత, ఎన్జీవో" వంటివి విశేషాదరణ చూరగొన్నాయి. నాటకాల్లో ఆయన పలికించే పదాలు విని అనేక సినిమా జీవులు మురిసిపోయేవారు. ఆయన గురించి గోపీచంద్ ద్వారా తెలుసుకున్న ప్రముఖ నిర్మాత, దర్శకులు కె.ఎస్. ప్రకాశరావు తన 'దీక్ష' చిత్రం ద్వారా ఆత్రేయను చిత్రసీమకు పరిచయం చేశారు.

'దీక్ష'లో ఆత్రేయ రాసిన తొలి పాట "పోరా బాబూ... పోయి చూడు లోకం పోకడ..." ఆ రోజుల్లో విశేషంగా జనాన్ని ఆకట్టుకుంది. ఆరంభంలో కొందరు ఆత్రేయతో కేవలం మాటలే రాయించుకున్నారు. కొందరు అడపాదడపా పాటలు రాసే అవకాశం కల్పించారు. ఏది రాసినా, అందులో తనదైన బాణీ పలికించేవారు ఆత్రేయ. అన్నపూర్ణ వారి 'తోడికోడళ్ళు'లో ఆత్రేయ రాసిన "కారులో షికారు కెళ్ళే పాల బుగ్గల పసిడి దానా..." పాట ఆ రోజుల్లో యువకులను ఎంతగానో మురిపించింది. అలాగే 'ముందడుగు'లోని "కోడెకారు చిన్నవాడా...వాడిపోని వన్నెకాడా..." సాంగ్ మరింతగా అలరించింది. ఇలా పాటలు రాసుకుంటూ, మాటలు

పలికిస్తూ ఆత్రేయ చిత్రప్రయాణం సాగింది.

"మనసు మూగదే కానీ... బాసుండది దానికి..." అంటూ మనసు భాషను పాటలో పలికించిన ఘనుడు ఆచార్య ఆత్రేయ. "మనసు గతి ఇంతే..." అంటూ మనసు స్థితిని వివరించిన ధీశాలి ఆయన. "మౌనమే నీ భాష ఓ మూగ మనసా..." అంటూ మనసు ఏ పరిస్థితుల్లో ఎలాంటి భాష పలుకుతుందో కనుగొన్న పరిశోధకుడు మన ఆత్రేయ. అందుకే సమకాలిక కవులు ఆత్రేయను 'మనసు కవి' అన్నారు, అంతేనా 'మన సుకవి' అనీ కీర్తించారు. 'మనసు'పై ఎందరో కవులు, సినీ గీతరచయితలు పాటలు రాసినా, 'మనసు' అన్న పదాన్ని తన హక్కుగా గైకొని ఆత్రేయలా ఉపయోగించుకున్న గీతరచయిత మరొకరు కానరారు.

ఆదుర్తి సుబ్బారావు ఆత్రేయను బాగా ప్రోత్సహించారు. ఆదుర్తి చిత్రాలకు ఆత్రేయ రాసిన అనేక పాటలు పండిత పామరులను రంజింప చేశాయి. కొన్ని చిత్రాలలో మాటలు-పాటలు రెండూ ఆత్రేయనే పలికించేవారు. అలా కూడా అనేక చిత్రాలు జనం మదిని దోచాయి. జగపతి ఆర్ట్ పిక్చర్స్, సురేశ్ ప్రొడక్షన్స్, యువచిత్ర వంటి నిర్మాణ సంస్థలు ఆత్రేయను తమ ఆస్థాన కవిగా ఏర్పాటు చేసుకున్నాయి. ఆత్రేయ పాటలు లేకుండా సినిమాలు తీయలేమనీ కొందరు నిర్మాతలు అనేవారు.

ఆత్రేయ కన్నుమూసిన తరువాత ఆ నిర్మాతలు మాటపై నిల్చున్నారు. అంతలా అభిమానం సంపాదించారు ఆత్రేయ. ఆయన గీత రచనలో చివరగా వెలుగు చూసిన చిత్రం 'నారీ నారీ నడుమ మురారి'. 1989 సెప్టెంబర్ 13న ఆచార్య ఆత్రేయ తుదిశ్వాస విడిచారు. ఎందరో భావి సినీగేయరచయితలకు ఆయన పాటే శ్వాసగా మారి బాట చూపింది.

'అనుక్షణం మరణభయం
జీవన సంభ్రమణ భయం
అంధకారం అయోమయం
ఆర్తనాద సంకులం
మనిషికి మనిషన్న భయం

మనసంటే మనకు భయం
సత్యమన్నచో సచ్చే భయం
చచ్చు దాకా చావు భయం'...

ఇది ఆత్రేయ తన 'భయం' అనే నాటకం కోసం రాసిన పాట. కవిని దార్శనికుడు అంటారు. ఇవాళ్టి సన్నివేశానికి ఈ పాట సరిగ్గా సరిపోలేదూ? ఎప్పుడో అరవై ఏళ్ల క్రితం ఆత్రేయ దీనిని రాసి ఇవాళ్టి సన్నివేశానికి సిద్ధం చేశాడా? ఏమో అనిపిస్తుంది.

గల్లీ ఢిల్లీ మారుమోగిన పాట

నైజాం రజాకర్లకు, వెట్టికి, బానిసత్వానికి వ్యతిరేకంగా జరిగిన మహత్తర పోరాటమే వీరతెలంగాణ రైతాంగ సాయుధ పోరాటం. సాయుధ పోరాటం గురించి, జన్నారెడ్డి, ప్రతాపరెడ్డిపై పాటను పాశుపతాస్త్రంగా సంధించిన నిబద్ధయోధుడు యాదగిరి. నిప్పుల కొలిమి మాటను పాటగా మలచిన మొనగాడు అతడు. ప్రజాకవి, ఆశుకవి తెలంగాణ అంతరాత్మ మోదుడు యాదగిరి. అతడ్ని తలచుకొని తరం ఉందా? తెలంగాణలో ఎవరు ఔనన్నా కాదన్నా తెలంగాణకు పర్యాయపదం యాదగిరి, తిరుమలగిరి గుట్ట ఉన్నంత వరకు బండెనక బండి కట్టి అనే పాట ప్రజల నాలుకలపై నర్తిస్తుందంటే అతిశయోక్తి కాదు.

'బండెనక బండి కట్టి పదహారు బండ్లు కట్టి' అనేది కేవలం పాట కాదు. ఆనాటి చరిత్ర. నేటికీ నిప్పులను చెరుగుతున్నపాటను తెలంగాణ సమాజానికి అందించిన వీరుడు యాదగిరి. పాటపేరే ఇంటి పేరుగా ప్రపంచ ప్రసిద్ధి గాంచిన విప్లవ యువకిషోరం యాదగిరిది నల్లగొండ జిల్లా సూర్యాపేట తాలూకా నూతనకల్లు

మండలం ఎల్కపల్లి గ్రామం. 64 ఏండ్ల క్రితమే ముట్టుకుంటే అంటుకుంటున్నా పోరాటం. అడుగడుగునా యుద్ధం. గ్రామ గ్రామాన ఉద్యమం. ఒకవైపు నిజాం సైన్యం. మరోవైపు ప్రజాగెరిల్లా సైన్యం. బానిస బంధనాలు తెంచుతూ వెట్టిచాకిరి సంకెళ్ళు తుంచుతూ దున్నేవాడికి భూమి గీచేవాడికి చెట్టు అన్న నినాదం పల్లెపల్లెన, గ్రామగ్రామాన విస్తరిస్తూ దళంలో నడుస్తున్న వీరుడు యాదగిరి. అలవోకగా, ఆసుగా బాధలు బరువులు అనుభవించిన అతడి గళం నుండి అలలు అలలుగా పెల్లుబికి వచ్చిన మాటల తూటాలు, పాటలుగా మారి ప్రజల నోట్లో ఈటలు అయ్యాయి. 'నీగోరి కడుతాం కొడుకో' అన్న మాట గల్లీ నుండి ఢిల్లీ దాకా మార్మోగింది. 'ఏ బండ్లో పోతవు కొడుకో, నా కొడుక ప్రతాపరెడ్డి' అంటే దొరోడు బండి ఎక్కడం. బాట పయనం కట్టడం మానేసిండు ఈ పాట ప్రజల చేతిలో వడిసెల పట్టించి శత్రువు వెన్నుల్లో వణుకు పుట్టించింది. నివురుగప్పిన నిప్పుగా మారింది. నైజాం రాజు రాజ్యం వీడి పలాయన బాట పట్టించిన పాట ఇది. పాటకు అంత శక్తి ఉంది. ఇక్కడ పాట ద్వారా చెట్టు, పుట్టకు చరిత్ర ఉంది. ఒక్కొక్కచెట్టు, ఒక వీరుని దాచింది. ఒక్కొక్క పుట్ట యోధులను ఆలింగనం చేసుకుంది. మట్టి మనుషులను మర తుపాకులు పట్టించింది పాట. ఆ పాటల బండే బండి యాదగిరి.

యాదగిరి గ్రామానికి కూతవేటులో ఉన్నదే ఎర్రబాడు. అదొక పిశాచాల గూడు దాడులు, దౌర్జన్యాల అడ్డా. ఆ అడ్డాకు అధిపతి జెన్నారెడ్డి ప్రతాపరెడ్డి వేల ఎకరాల ఆసామి చుట్టు పదహారు గ్రామాలను గుప్పిట పట్టిన భూస్వామి. యావత్ గ్రామాలు వెట్టిచాకిరి, నిరంకుశత్వం కింద నలుగుతున్న రోజులవి. చాకలి, మంగలి, కమ్మరి, కుమ్మరి, హరిజన ఆచట్రంలో పదేండ్ల పసిపిల్లలు సైతం ఇరుక్కుని బలి అవుతున్న రోజులవి. దొరల ప్రయాణాలకు కచ్చడం బండ్ల ముందు ఉరకడం, పల్లకీల బరువుల మోతలు, దూపదీపాల అలంకరణలకు పక్కలు వేసి పాదధూళి నెత్తిన వేసుకుని పరిచర్యలు చేయడం దొరోడింట్ల పెండ్లి పండుగ, పబ్బాలు, కార్యాలు అయితే పనిబాటోళ్ళ కుటుంబాలు నాశనమైన రోజులవి. ఎదురు తిరిగితే దొరగడి లోపల శవాల గోతిలో మటుమాయమయ్యే రోజులు. దేశ్ముఖుల రాజ్యంలో సాగిన బానిస వ్యవస్థ తరాలుగా నడుస్తున్న పాతకాలపు దురావస్థ ఈ వ్యవస్థ అణచబడిన

శ్రమజీవుల అగ్రహం ఆవేశంలో అప్పుడప్పుడే తిరుగుబాటు అగ్నికణాలు చెదురు మదురుగా ఎగిసిపడుతున్న రోజులవి. ఆ నిప్పు కణికే యాదగిరి.

యాదగిరి పాటేకాదు, మాటల దరువు ఊళ్ళో ఉషారు. కుర్రాడు పసులగాసే పిల్లగాండ్లు అంటే ప్రాణం, కర్రసాము కబడ్డీ ఆటలో మేటి. జంకు బొంకు లేకుండా ఎర్రజెండా పట్టుకొని ఎదురు తిరిగిన సాహసం. గెరిల్లా దళంలో చేరిన యాదగిరి ధీరత్వం భీంరెడ్డి నర్సింహారెడ్డి, కృష్ణమూర్తి దళాలు తొండ తిరుమలగిరి గ్రామం నుండి సూర్యపేట వెళ్ళే రోడ్డుగుండా నైజాం పోలీసు వ్యానుపై దాడిచేసి ఆయుధాలు సమకూర్చుకోవాలని కామ్రేడ్స్ ఆలోచన. భీంరెడ్డి దళంలో చురుకైన దళ సభ్యుడు యాదగిరి. పోలీసు వ్యాను బయలు దేరిందన్న సమాచారం అందుకున్న సాయుధ దళం సన్నద్ధమైంది. రోడ్డుమీద రాగి చెట్టు పక్కన మాటుగాసి ఆయుధాలు రోడ్డు వైపు గురిపెట్టి రెప్పవాల్చకుండా తీక్షణంగా చూస్తున్నారు. మిలిటరీ సర్వీసులో అనుభవం కలిగి ఆరితేరిన మరో ఇద్దరు కామ్రేడ్స్ కూడా ఉన్నారు. పడమటి భాగంలో పొలాల్లో గల లావాటి తాటిచెట్లను చాటు చేసుకొని రోడ్డుకి అభిముఖంగా ఆయుధాలు ఎక్కు పెట్టుకొని వ్యానురాక కోసం కాచుకొని ఉన్నారు.

అదిగో ఒక మిలిటరీ ట్రక్కు నిండుగా సాయుధ మిలిటరీ మూక వచ్చింది. రోడ్డుమీద ఉన్న అడ్డంకుల్ని చూసి ఆయుధాలు సిద్ధంగా చేసుకొని దిగారు. కొంత మంది పోలీసులు, వ్యానులో ఉన్న పోలీసు మొండ్రాయి మిలిటరీ క్యాంపుకు సమాచారం అందించారు. అక్కడి నుండి ఆధునిక ఆయుధాలతో రెండు వ్యానుల నిండా పోలీసులు వస్తున్నారు. పోలీసు అదనపు బలగాల రాక గమనించిన దళం మొత్తం దళానికి కేక వేశారు. అందరూ పారిపోండి పారిపోండి అంటూ కాల్పులు జరుపుతూ దళం అక్కడికక్కడా కనిపించ కుండా కనుమరుగయ్యారు. కానీ పరుగెత్తుతున్న పోలీసు వ్యానును వెంబడిస్తూ కాల్పులు జరుపుకుంటూ వెంటపడ్డారు. ఆ కామ్రేడ్ కూడా కాల్పులు జరుపుతున్నాడు. అభిమన్యుడిలా ఒంటరిగా పోరాడి పోరాడి పరుగెత్తుతున్న సమయంలోనే రెండు కాళ్ళపై తుపాకీ గుండ్లు తగిలాయి. నేలకూలాడు. లేవలేని స్థితిలో శక్తినంత పుంజుకొని లేసే ప్రయత్నంలో తుపాకీ తూటాలు గుండెపై పేలాయి. అప్పుడు 'ఎర్రజెండా వర్ధిల్లాలి' అంటూ ప్రాణాలు

వదిలాడు. ఆ వీరుడు బండెనక బండి కట్టి పాటపాడిన కళాకారుడు ఆయుధం పట్టిన వీరుడు బండి యాదగిరి అమరుడైనాడు దళ సభ్యులంతా బోరున ఏడ్చారు. తిరుమలగిరి ప్రాంతమంతా చివరి క్షణంలో గర్జించిన గర్జన ఆరని జ్యోతిగా నిల్చింది. చివరికది దశదిశలా మరోజ్వాలగా విజృంభించి నిజాం ప్రభుత్వాన్ని, దాని ఫ్యూడల్ వ్యవస్థనే దగ్ధం చేసింది.

తెలంగాణ సాయుధ పోరాటం గురించి ఎప్పుడు మాట్లాడుకున్న తప్పక గుర్తుకు వచ్చే పేరు బండి యాదగిరి. అతనోక గెరిల్లా యోధుడు. ఆయన జీవితం ఒక విభిన్నమైన పోరాట పాఠం. రాత్రిబడి నేర్పిన అక్షరాలతో బానిస బతుకుల కక్షలు చెరిపే ఉద్యమగీతమైనాడు. యాదగిరి రాసింది ఒక్క పాటే అయినా తన తుదిశ్వాస తర్వాత కూడా శత్రువు గుండెల్లో ప్రతిధ్వనించే పోరాట గీతామైందు. 'బండెనుక బండిగట్టి" అనే పాట నైజం పాలనలో తెలంగాణ బతుకు చిత్రాన్ని ఆవిష్కరించింది. కనుకనే తెలంగాణ సాయుధ పోరాటంలో గడ్డపరక కూడా గడ్డపారై కదిలింది.

ఎర్రబాడు భూస్వామి జన్నారెడ్డి ప్రతాపరెడ్డి ఇంట్లో వ్యవసాయ కూలీగా పని చేస్తున్నప్పుడే దొరల దాష్టీకమంతా అనుభవమైంది. లక్షా యాభైవేల ఎకరాల భూమిని ఆధీనంలో ఉంచుకున్న ప్రతాపరెడ్డి వందలాది గ్రామీణ ప్రజలను అనేక విధాలుగా పీడించేవాడు. దీనికితోడు నిజాం కిరాయి మూకలు మిల్ట్రీ వారితో కలిసి ప్రజలను చిత్రహింసలకు గురిచేస్తూ చంపేసేవారు. జమీందారులు, జాగీర్దారులు, నిజాం పాలకులు కుమ్మక్కై తెలంగాణ గ్రామాలను నాశనం చేస్తున్న భయానక రోజులవి. అటువంటి ఆరాచక పాలనను అంతమొందించడానికి అలుపెరుగని పోరాటం చేసిన కమ్యూనిస్టు యోధుడు భీమిరెడ్డి నరసింహ్మారెడ్డి.నిజాం నియంతృత్వ రాజరికాన్ని కూల దోయడం కోసం విప్లవ దళానికి కీలక నాయకుడై వీరోచిత పోరాటం చేశాడు. ఈ యాదగిరి కూడా బి.ఎన్. దళంలో సభ్యుడిగా చేరి కందగట్ల, కోటపాడు పోరాటాలలో పాల్గొన్న సాహసి. బి.ఎన్. తిరుగుబాటుల్లో, ఎదురుదాడుల్లో వెనుకంజ వేయకుండా ముందు వరుసలో నిలబడి తుపాకీ పట్టుకున్న ఉద్యమకారుడు యాదగిరి.

1947లో రాసిన ఈ గీతం దళాలను సమాయత్తం చేయడానికి ఒక మార్చ్ ఫాస్ట్ సాంగ్‌గా ఉపయోగపడింది. గెరిల్లా వీరులకు ఉత్తేజాన్ని నింపిన ఈ పాటలో కవి రాసిన తెలంగాణ దుఃఖాన్ని, ఆవేదనను, ఆవేశాన్ని, ధిక్కారాన్ని నిర్భయత్వాన్ని, నిచ్ఛితాభిప్రాయాలను ఇప్పటికీ స్మరించుకుంటుంది. నిజాం పాలనలో భయంకరమైన దౌర్జన్యాలతో నెత్తురు కన్నీళ్లతో తడిసి ముద్దైన తెలంగాణ ప్రాంత చరిత్రంతంటికి నిలువెత్తు నిదర్శనం ఈ పాట. ప్రజల గుండెల్లో గూడు కట్టుకున్న వ్యధలను తమదైన భాషలో తమదైన యాసలో పదునెక్కిన అక్షరాలు పాటై కదంతొక్కాయి. .

'బండెనుక బండిగట్టి పదహారు బండ్లు గట్టి..." అనే పల్లవిలోనే దొరల ఆధిపత్యం, అహంకారం కళ్ళముందు ఆవిష్కృతమైంది. ఆధునికకాలంలో రాజకీయనేతల కాన్వాయ్ ఎలా మెరుపువేగంతో దూసుకుపోతూ ప్రజల సహనానికి అగ్నిపరీక్ష పెడుతుందో అలాగే ఆరోజుల్లో దొరలు పదహారు బండ్లలో పోయేవారు. తమను అనేక ఇబ్బందులు పెట్టిన విసునూరు దొరైన ప్రతాపరెడ్డిపై కోపం, కసీ కలిసి వచ్చిన పాట కాబట్టే 'ప్రాణభీతితో ఏ బండ్లో దాక్కున్నాడో దొరా నా కొడకా' అనే ధిక్కారం కనబడుతోంది. విచ్చలవిడిగా కిరాతకంగా ప్రవర్తించిన నాజీల్లాంటి నియంతల క్రూరదుష్టపాలనను మించిన నైజాం సర్కారోడిపై తీవ్ర ఆగ్రహం పల్లవిలోనే ప్రతిధ్వనించింది. ఇక చరణాల్లో అనేక చారిత్రక సత్యాలు సూటిగా వ్యక్తమయ్యాయి.

"పండిన పంటనంతా / తిండికై ఉంచకుండా / తీసుకెళ్లినావు" అనే చరణంలో ప్రజల ఆకలి మంటల సెగలు ఇప్పటికీ వేడిగా తగులుతాయి. "దున్నాను భూమిలేక / ఉండాను ఇల్లు లేకా / పరదేశమెల్తిమి కొడుకో" చరణంలో తను నమ్ముకున్న నేల తనది కానిదైంది. ఇల్లు శిథిలమైంది. జీవితం వలస దారుల్లోకి వెళ్ళింది. బతుకు పరాయీకరణమైంది. నాటి తెలంగాణ ప్రజల ధైర్యం కొలమానాలకు అందనిది. "పోలీసు మిల్ట్రీ జూసి / మేము లొంగివస్తమాని / నువు ఆశపడ్తివి కొడుకో" అనే పాదంలో నిజాం ఆశలు కోల్పవడమే కాకుండా కోటలు కూలిపోయే దశకు దగ్గరైందన్న ఒక హెచ్చరిక మనకు కనబడుతోంది.

"లాఠీల దెబ్బలుగాని / తుపాకి కాల్పులుగాని / మిషిను గన్నులుగాని తుపాకి బాంబులు గాని/ నీవెన్నితెచ్చినగాని / మేము లొంగిపోము కొడుకో" అన్నట్లుగానే

తెలంగాణ ఉద్యమకారులు ఉక్కు సంకల్పం ముందు ఎన్ని ఆయుధాలు తెచ్చిన పోరాట వీరుల కొనగోటితో సమానం తెలియజేయటమే కాకుండా లాఠీల దెబ్బలు, బుల్లెట్లగాయాలు మమ్ము ఏమిచేయలేవు మరింత పదును పెడతాయి అనే ఒక ఆత్మవిశ్వాసాన్ని కల్గిస్తుంది.

"కంచారు గాడ్దులను / లంచ గొండి పోలీసోళ్ళు / నువ్వు పెంచినావు కొడుకో" అనే చరణంలో పాలక వ్యవస్థలు భ్రష్టుపట్టిన తీరును ఎండ కడతమే కాదు పోలీసులలో లంచగొండితనం ప్రభలడానికి కారణం నిజాం రాజులే అని అర్థమవుతుంది. ఆ వారసత్వం నేడు ఇంకా బలంగా వేళ్ళూనుకుని పోవడం మనం చూస్తూనే ఉన్నాం. "పోలీసు మిల్ట్రి రెండు/ బలవంతులనుకోని/ పల్లెలు దోస్తివి కొడుకో/ జాగీర్దారులంతా జామీను దారులంతా/ నీ అండ చేరి కొడుకో" అనే పాదాలు నేటికి సమాజానికి సజీవ సాక్ష్యమే.

"స్త్రీ పురుషులంతా కలిసి / పిల్లలమంత కలిసి / వడిసెల్లో రాళ్లు నింపి/ వడివడిగా కొట్టితేను / కారాపు నీళ్ళు తెచ్చి / కండ్లళ్ళ జల్లితేను / నీ మిల్ట్రీ పారిపోయే" తెలంగాణ పోరాటంలో పరిసరాల్లోని పనిముట్లే ఆయుధాలై తిరగబడ్డాయి. పక్షులనుండి పంటలను కాపాడే వడిసెల రాయి శత్రుమూకల నుంచి మానప్రాణాలను కాపాడింది. కారపు అన్నంతో కడుపు నింపుకునే జనం.. అదే కారపుపొడితో శత్రువుల ఆట కట్టించారు. కారపు నీళ్ళు ఉప్పెనలా దొరలను,గడీలను ముంచెత్తాయి. "చినపంది మల్లిగాడు/ పెద్ద పంది సూరిగాడు/ ఆల్లిద్దర్ని తింటముకొడుకో / నా కొడకా ప్రతాపరెడ్డి" ఈ చరణాల్లో ఆనాటి ప్రజల కోపం, కసే మనకు కనబడుతుంది. దుర్మార్గుడైన భూస్వామి ప్రతాపరెడ్డిని కాపాడే అంగరక్షకులను ఉద్దేశించి చెప్పాడు కవి. భూస్వామి అండతో దోపిడి సొమ్ము తిని పందుల్లా తెగబలిసిన మల్లిగాడు, సూరి గాడు అనే వ్యక్తుల్ని నమిలి మింగేయాలన్నంతా కోపాన్ని బలంగా వ్యక్తపరిచాడు యాదగిరి.

యాదగిరి తన పాటలో "గోల్కొండ ఖిల్లా కింద నీ గోరి కద్తం కొడుకో /నా కొడక ప్రతాపరెడ్డి" అని రాసాడు. కవి మరణానంతరం తెలంగాణ సాయుధ పోరాట ఉద్యమకారులు పాటలోని తీవ్రతను మరింత విస్తృతపరుస్తూ ప్రతాపరెడ్డి పేరును కాస్త 'నైజాం సర్కరోడా' అని మార్చుకుని పాడుకున్నారు.

"చుట్టు పట్టు సూర్యాపేట/ నట్టనడుమ నల్లగొండ / ఆవాల హైదరాబాదు/ తర్వాత గోల్కొండ / గోల్కొండ ఖిల్లా కింద / నీ ఘోరి కడతాం కొడుకో నైజాము సర్కరోడా / ఓ నైజాము సర్కరోడ " పాటలోని చివరి చరణాలు ఇవి. తెలంగాణ పోరాటం ఉధృతంగా జరుగుతున్న సూర్యాపేటను నల్లగొండను తలుచుకుంటూ తమ యుద్ధ పరిధిని ఎంతవరకు విస్తృతపరచుకోవాలనేది నిర్దేశించుకున్నాడు. తమ అంతిమ లక్ష్యం. ఆఖరి గమ్యం గోల్కొండ కోటను లొంగదీసుకోవడం. గోల్కొండ కోట మీద ఎర్ర జెండా ఎగరవేయడం.

తెలంగాణ ప్రజలకు స్వేచ్ఛా స్వాతంత్ర్యాలను అందించడం. ఇవన్నీ నెరవేరాలంటే విప్లవ ఆశయాలు ఫలించాలంటే కోటలోని నిజాం రాజు, ఊర్లోని దొర అంతుచూడాలి. వారు అంతమవ్వాలి. వాళ్ళను ఆ గోల్కొండకోట కిందే సమాధి చేయాలి. అదే బండి యాదగిరి విప్లవ స్వప్నం. ఆ స్వప్న సాధన దిశగా తన గన్నుని పెన్నుగా మలిచి రాసిన గీతం ఇది. ఈ పాట విశాలాంధ్ర పత్రికలో 1948లో ప్రచురితమైంది. ఆ తర్వాత 'మాభూమి' చిత్రంలో బి.నరసింగరావు గద్దర్‌తో ఈ పాట పాడించడంతో అమిత ప్రజాదరణ పొందింది. కొత్తతరంలోకి ఉద్యమావేశాన్ని ప్రవహింపజేసింది. యాదగిరి 1947లో సాయుధ పోలీసులు మిల్ట్రీతో పోరాడుతూ క్షతగాత్రుడైన వారికి బందీగా చిక్కాడు. అనేక చిత్రహింసలకు గురైనా తమ విప్లవ రహస్యాలు వెల్లడించని నిజమైనా కామ్రేడ్ యాదగిరి. తుది శ్వాస విడుస్తూ కూడా

"నిజాం రాజ్యం నశించాలి

కమ్యూనిజం జిందాబాద్

ఎర్రజెండా జిందాబాద్"

అనే నినాదాలతో నిప్పులు గ్రక్కుతూ తెలంగాణ ప్రజలకు విప్లవస్ఫూర్తిని ఉద్యమ చైతన్యాన్ని అందించాడు. తన మరణానంతరం ఈ పాట విప్లవోద్యమాలకు ఉత్ప్రేరక గీతంగా ఊరేగింది.

ఉపయుక్త గ్రంథసూచి :

1.డా॥ ఎస్. రఘు వ్యాసం 2.నవతెలంగాణ భూపతి వెంకటేశ్వర్లు వ్యాసం.

సాహిత్యం - మహిళలు

నేడు ఒక భాష మాట్లాడే ప్రజలు ఆ భాష జాతిగా పిలవడం జరుగుతుంది. కొన్నివేల సంవ త్సరాల నుంచి వచ్చిన సాంస్కృతికమైన, సాంప్రదా యకమైన సంపదను ఆయా జాతి ప్రజలు వారి వారి భాషా సాహిత్యాల ద్వారానే భద్రపర్చుకు న్నారు. కాళోజీ అన్నట్టు " బడి పలుకుల భాష కాదు, పలుకు బడుల భాష కావాలి" భాష రూపుదిద్దుకోవాల్సిన అవసరం ఉంది. కాళోజీ నారాయణ రావు, చేకూరి రామారావు లాంటి వారు స్త్రీవాద కవిత్వానికి మద్దతును బహిరంగంగా ప్రకటించారు.

మౌఖిక సాహిత్యం సృష్టించడంలో స్త్రీల కృషి అమోఘమైనది. పని నుండి పాట పుట్టింది. మరోకోణంలో సమాజంలో స్త్రీల నుంచి కూడా నిజమైన సాహిత్యం పుట్టింది. సాహిత్య ప్రక్రియలో కవితా రచనలు పాండిత్యానికి పురుషులకు మాత్రమే సంబంధించినదిగా చాలా కాలం భావించారు. బానిసలుగా ఇంటిలో కట్టిపడేస్తే పోపుల డబ్బా నుంచి ప్రత్యామ్నాయ వైద్య వ్యవస్థను నిర్మించారు మహిళలు. అక్షరాలకు దూరం చేస్తే గోరు ముద్దలతో లాలి పాటలను కలిపి తమ పిల్లల కల్పన ప్రపంచానికి దారులు వేశారు. ఆనాటి మొల్ల నుంచి నేటి వర్ధమాన రచయిత్రి వరకు 1982లో

పుట్టిన సుగ్రా మీర్జా నుంచి ఇవ్వాళ్టి మైనార్టీ రచయిత్రి వరకు అందరూ కుల, మత, పితృస్వామ్య భావజాలమే తమ ప్రధాన శత్రువు అని గుర్తించారు. కాబట్టి ఈ నాలుగు దశాబ్దాల కాలం సాహిత్యంలో ముఖ్యంగా స్త్రీల కవిత్వంలో కీలక దశ. దశాబ్దానికో ఉద్యమం జరిగినా మహా ప్రస్థానం ఇది. లిఖిత సాహిత్యం కూడా స్త్రీలు అందించిన సాహిత్యం వెలుగులోకి రాకుండా పోయింది. అందుకు అనేక కారణాలు ఉండవచ్చు. 7వ శతాబ్దంలోనే నాచి అనే మహిళ సంస్కృతం నేర్చుకొని భర్తను కోల్పోయిన తర్వాత తను జీవితంలో ఎదురైన కష్టాలను ఎలా ఎదుర్కొందో తెలుపుతూ 'నాచి విజయం" అనే ఆత్మకథను రాసింది. ఇది వెలుగులోకి రాకుండా పోయింది. అదేవిధంగా తొలి తెలుగు కవయిత్రి అయిన కుప్పాంబిక రాసిన సాహిత్యమూ వెలుగులోకి రాలేదు. స్త్రీల సాహిత్యానికి వారి అనుభవాలే పునాది.

స్త్రీల జీవితం పురుషులకు ఆధీనమైనది అన్న నమ్మకాన్ని బద్దలు కొట్టాలి. పురుషుల అవసరాలకు, అభివృద్ధి మార్గాలకు అనుగుణంగా స్త్రీల జీవితం ఎప్పటికప్పుడు కుదించబడి, కుంచించుక బడుతున్న క్రమంలో దానిని గుర్తించి ప్రశ్నించాలి. ప్రతి పురుషుడి విజయం వెనుక ఒక స్త్రీ ఉంది అనేది ఇంతకుముందు వరకు స్త్రీలు గర్వించే విషయమే అయి ఉండవచ్చు. ఇప్పుడు దానిని కూడా తరచి చూసుకోవాల్సిన అవసరం ఉంది. ఇన్నాళ్లు సోదిలోకి రాకుండా పోయి న మహిళల జీవితాలు, ఆకాంక్షలు, అభివృద్ధి వారి సాహిత్యంలో లభించిన స్థానమెంత? సాహిత్యం లో అది నిర్వహించబడిన తీరు ఏమిటి? అనే దిశగా సాహిత్య అధ్యయనం జరగాలి. అధ్యయ నం అంటే దాని అర్థం సాహిత్యంలో స్త్రీ పాత్ర చిత్రణ, వర్ణన కాదు చేయాల్సింది. స్త్రీలు ఆ కాలంలో ఎదుర్కొన్న సమస్యలు, వాటిని పరిష్కరించుకున్న విధానం వీటిని సాహిత్యంలో అధ్యయనం చేస్తే అప్పుడు కొంతైనా న్యాయం జరుగుతుంది. ఆధిపత్య కులాల్లో ఉన్న పితృస్వామ్యం మహిళల్ని బంధీలుగా చూస్తుంది. గడప దాటే పరిస్థితి నేటికీ కొన్ని చోట్ల లేకుండా పోయింది. ఒకప్పుడు భర్త మరణిస్తే భార్యను కూడా అదే చితిలో సజీవదహనం చేసే సంస్కృతి ఆధిపత్య కులాల్లో మాత్రమే ఉండేది. బహుజన కులాల్లో అది ఉండేది కాదు. భార్యాభర్తలిద్దరూ పని చేస్తే తప్ప వారి జీవితాలు గడిచే పరిస్థితి ఆనాటికీ, ఈనాటికీ ఒకే రకంగా

ఉన్నాయి. కాబట్టి ఆ పితృస్వామ్యాన్ని ఒకే కోణంలో చూడలేం. సంచార మహిళల్లో విస్తృతమైన భాష ఉంది. వారి నుంచి వచ్చిన భాషను వెలుగులోకి తీసుకురావాలంటే సామాజిక ఉత్పత్తి శక్తుల మహిళల అభిప్రాయాలను కూడా పరిగణలోకి తీసుకొని భద్రపరిస్తే అది ప్రజలకు భవిష్యత్తు తరాలకు ఉపయోగకరంగా ఉంటుంది. ఆదివాసీ జీవితాలను తెలియజేస్తూ వచ్చిన "రేలపూలు" కథా సంకలనం ఒక ఉదాహరణగా చెప్పవచ్చు. రచయితలు తమ అంతర్గత భావ సంఘర్షణను చరిత్ర మీద, వర్తమానం మీద తమకు కలిగిన అభిప్రాయాలను భవిష్యత్తు మానవ జీవితం గురించిన తమ ఊహలను, ఆదర్శాలను కవిత్వంలో కంటే వచనంలో అది నవలైనా కావచ్చు, కథ అయినా కావచ్చు. అందులో మాత్రమే తమ స్వేచ్ఛను ప్రకటించుకునే అవకాశం ఉందని భావించారు. స్త్రీల విషయంలో ఇది మరీ ఎక్కువ. వివక్ష పైన కోపం కూడా ఉంది. వ్యతిరేకించాలన్న కాంక్ష, తిరగబడాలన్న తపన బలంగా ఉంది. వీటిని అర్థం చేసుకోవాలంటే స్త్రీల రచనలు ముఖ్యంగా నవలలను అధ్యయనం చేయాల్సిన అవసరం ఉంది.

ప్రజా ఉద్యమాల్లో వచ్చిన భాష ఎలా ఉంది. నేడు మీడియాలో వస్తున్న భాష ఎలా ఉంది. అది మహిళల్ని కించపర్చే విధంగా ఉందా? అనేది కూడా చాలా ప్రధానమైన అంశం. ఒకప్పుడు మానభంగం అనే పదం విస్తృతంగా వాడేవారు. ఎంతో పోరాటం చేసి ఇప్పుడు ఆ పదం తగ్గించి అత్యాచారం అనే పదాన్ని వాడుకలోకి తెచ్చారు. మానభంగం అనే పదం మహిళల్ని కించపర్చే విధంగా ఉన్నదనే విషయం చాలాకాలం మీడియా గుర్తించలేకపోయింది. మీడియా అనేది ప్రజలకు ఒక వార్తలు అందించే సాధనంగానే కాకుండా వారిని చైతన్యవంతం చేసే బాధ్యత కూడా ఉందనే విషయాన్ని విస్మరించకూడదు. పత్రిక ద్వారా వచ్చిన కథనాలు ప్రజల్ని చాలా విస్తృతంగా ప్రభావితం చేస్తాయి. ముఖ్యంగా మహిళలపై వచ్చిన వార్తల్ని రాసే క్రమంలో చాలా జాగ్రత్తలు వహించాల్సిన అవసరం ఉంది. ప్రపంచీకరణ ప్రభావం భాషలపై చాలా ఉంది. అదేవిధంగా హిందుత్వం కూడా ఒక ప్రమాదకరంగా మారింది. ఏం తినాలి. ఏం రాయాలి. ఏం బట్టలు కట్టుకోవాలనేది కూడా వారే నిర్ణయించే పరిస్థితి వచ్చింది. దేశంలో చిన్నారులపై జరుగుతున్న దమనకాండను

ఖండించాల్సిన రాజ్యమే దోషులకు వత్తాసు పలికే విధంగా ఉంది. ఈ పరిస్థితిని మహిళలు సాహిత్యం ద్వారా తిప్పికొట్టాల్సిన అవసరం ఎంతైనా ఉంది.

ఆనాటి నాచి, మొల్ల, బండారు అచ్చమాంబ, కుప్పాంబికల దగ్గర నుండి వర్తమాన కవయిత్రుల వరకు వారందించిన సాహిత్యం చాలా విలువైనది. 1920 కాలంలోనే బండారు అచ్చమాంబ 120మంది కవయిత్రలు ఉన్నారనే విషయాన్ని గుర్తించింది. కానీ ఈ విషయం వెలుగులోకి రావడానికి చాలా కాలమే పట్టింది. గురజాడ అప్పారావు "దిద్దుబాటు" కంటే ముందే బండారు అచ్చమాంబ కథలు రాసింది. బెంగుళూరు నాగరత్నమ్మ వంటి దేవదాసి రాసిన సాహిత్యం కూడా వెలుగులోకి రాలేదు. ఈ విషయాన్ని కూడా మరుగున పరిచారు. ఇలాంటి వెలుగులోకి రాని చాలా విషయాల్ని బయటికి తీయాల్సిన బాధ్యత కూడా మనందరిపై ఉంది. వ్యవసాయం, వృత్తుల క్రమంలో సృష్టించే సాహిత్యంతోపాటు పిల్లల్ని పెంచే విధానం నుంచి స్త్రీలు మౌఖిక సాహిత్యాన్ని సృష్టిస్తూనే ఉన్నారు. అది లిఖిత సాహిత్యంగా అందుబాటులోకి వస్తే భవిష్యత్తు తరాలకు అది చాలా ఉపయోగకరంగా ఉంటుంది. ఎప్పుడైతే భాష జాతి జనుల శ్వాసగా మారుతుందో అప్పుడే భాష సజీవంగా ఉంటుంది.

ఆధునిక సాహిత్యంలో కవయిత్రి విమల 'వంటిల్లు' కవితలో స్త్రీ పరాయీకరణ గురించి... స్త్రీ అన్నీ తానై ఇంటిని నిర్వహిస్తున్నా.. ఇంటిలో తన ఉనికి ఉండని స్థితిని, చివరికి ఏ వస్తువుపైనా తన పేరు ఉండని స్థితిని తెలియజేసే...ఈ కవితలో'ఈ వంటింటి సామ్రాజ్యానికి మా అమ్మే రాణి/ అయినా చివరకు వంటింటి గిన్నెలంటిపైనా నాన్న పేరే..!' అని పురుషాధిపత్యాన్ని ఎత్తి చూపారు. 'ముద్దు పెట్టాల్సిన అమ్మ..బొట్టు పెట్టేసింది' అంటారు బొట్టు కవితలో కొండేపూడి నిర్మల. గీతాంజలి 'బచ్చేదాని', ముదిగంటి సుజాతారెడ్డి– 'విసుర్రాయి' అనే కథా సంపుటులను ప్రచురించారు. ఈ కథల్లో స్త్రీలు ఎదుర్కొనే వివక్షలు, గృహ హింస, శ్రమదోపిడీ, ఆర్థిక స్వాతంత్ర్యం లేకపోవటం, సమస్త నిర్ణయాల్లో భాగస్వాములు కాకపోవటం వంటి అంశాలను చర్చించారు. పురుషాధిపత్యం, వరకట్న సమస్య, స్త్రీల ఆత్మహత్యలు మొదలైన వాస్తవిక జీవితంలోని సమస్యలపై వచ్చిన

స్త్రీవాద కథలను ఎంపిక చేసి సంపుటిగా తీసుకువచ్చారు ప్రొ. జయధీర్ తిరుమలరావు. ఒక నూతన వ్యవస్థకోసం, సమసమాజం కోసం పోరాడుతున్న క్రమంలో స్త్రీ, పురుషుల మధ్య పని విభజన, అన్నింటా భాగస్వామ్యం ఎంత ప్రజాస్వామికంగా, మానవీయంగా ఉంటుందో విప్లవోద్యమంలో భాగంగా స్త్రీవాదాన్ని 'రాగో' నవలలో రచయిత సాధన చిత్రించారు.

"కొంగు నా బొచ్చె మీద కావలుండే బొంతపేగ్గాదు" అన్న కవితలో జూపాక సుభద్ర 'కొంగు బహుజనకులాల మహిళలకు ఉత్పత్తి సాధనం' అని తెలిపారు. జాజుల గౌరి, గోగు శ్యామల, మెర్సీమార్గరేట్ మొదలైన వాళ్లెందరో దళిత స్త్రీల అనుభవాల్ని కథల్లో, నవలల్లో, కవిత్వంలో, వ్యాసాల్లో బలంగా చెప్పారు. ముస్లిం రచయిత్రులు తిరుగుబాటు, నిరసనలను వ్యక్తీకరించారు. ముస్లిం స్త్రీవాద రచయిత్రులు తమ సంస్కృతిలో ఉన్న స్త్రీ అణచివేత, బుర్ఖా, తలాక్, గృహహింస వంటి సమస్యలను చిత్రిస్తూ కవిత్వం, కథలు రాశారు. మత శక్తులు స్త్రీల మీద జరిపే అత్యాచారాలను, హింసను నిరసించారు. షాజహానా, షంషాద్, షానాజ్ ఫాతిమా, సలీమా యాస్మిన్ బేగం, ఎం.ఎస్ బేగం మొదలైన తెలంగాణ ముస్లిం స్త్రీవాద రచయిత్రులు కవితలు, కథలు రాశారు.

'ఆమెలకు' జరిగే అన్యాయాలను గురించి, ఆమెలకు ఉన్న హక్కులను గురించి, ఆమెలపై జరిగే లైంగిక దాడులను గురించి, శారీక శ్రమ దోపిడి గురించి, ఆరోగ్య పరిరక్షణలేని స్త్రీలను గురించి, ఇష్టా ఇష్టాలకు తావులేని, లైంగిక వ్యవస్థ గురించి ప్రశ్నలు మొదలు అయ్యాయి. అప్పుడే ఓల్గా, వసంత కన్నాబిరాన్, ఘంటసాల నిర్మల, కొండేపూడి నిర్మల, కొండపల్లి కోటేశ్వరమ్మ, విమల, శిలాలోలిత, పుట్ల హేమలత, మొక్క పాటి సుమతి, పాటి బండ్ల రజని, ఎస్.జయ, జయప్రభ, కె.వరలక్ష్మి, ఊర్మిళ, శ్రీమతి, వాణి రంగారావు, మహెబీన్, రావులపల్లి సునిత, శివలెంక రాజేశ్వరి, అబ్బూరి చాయాదేవి, తుర్లపాటి రాజేశ్వరి వంటి కవయిత్రులు పురుషాధిక్య భావజాలానికి వ్యతిరేకంగా గొంతు సవరించారు.

- మే,20,2018 నవతెలంగాణ

www.ingramcontent.com/pod-product-compliance
Lightning Source LLC
LaVergne TN
LVHW090419051026
849518LV00006B/2386
* 9 7 8 8 1 9 5 8 1 7 9 6 2 *